कहाणी कोशिंबीर आणि सॅलडची

मृणाल तुळपुळे

सकाळ प्रकाशन

सकाळ प्रकाशन

Kahani Koshimbir ani Saladchi

कहाणी कोशिंबीर आणि सॅलडची

लेखिका : मृणाल तुळपुळे

प्रथम आवृत्ती : जानेवारी २०२०

मुखपृष्ठ व मांडणी : मधुमिता शिंदे

प्रकाशक : सकाळ मीडिया प्रा. लि.
५९५, बुधवार पेठ,
पुणे – ४११ ००२

ISBN : 978-93-89834-06-2

संपर्क : ०२०–२४४० ५६७८/८८८८८ ४९०५०
sakalprakashan@esakal.com

मनोगत

कोशिंबीर, रायते किंवा सॅलड यांपैकी एक तरी पदार्थ महाराष्ट्रातील प्रत्येक घरात तोंडीलावणे म्हणून हमखास केला जातो. घटक पदार्थ तेच वापरले तरीही करण्याची पद्धत वेगवेगळी असल्याने कोशिंबिरींची आणि रायत्याची घरोघरीची चव वेगळी आणि खास असते. कोशिंबीर आणि रायते हे दोन भारतीय पदार्थ असले तरी सॅलड मात्र इतर खाद्यसंस्कृतींचे प्रतिनिधित्व करणारा पदार्थ आहे. या पदार्थांचे मूळ, त्यांतील सुधारणा, तसेच त्यातील घटक पदार्थांबद्दलची माहितीही खूपच रंजक आहे.

ही कहाणी लिहिताना माझ्या प्रवासातल्या डायऱ्या, वेगवेगळ्या देशांत चाखलेली नावीन्यपूर्ण सॅलड व वेगवेगळ्या फूड चॅनल्सवर दाखवण्यात येणारे पदार्थ यांचा खूप उपयोग झाला. माझ्या सुगरण मैत्रिणी व नातेवाईकांकडून वेळोवेळी मिळालेल्या कोशिंबिरींच्या कृती व त्याबद्दलची माहिती देखील पुस्तक लिहिताना मला खूपच उपयोगी पडली. वेगवेगळ्या सॅलडना मिळालेली नावे, त्यांचा उगम, सॅलड करण्याच्या पारंपरिक पद्धती आणि त्यामागच्या छोट्या छोट्या कहाण्या वाचण्याजोग्या आहेत. इराणी शिराझी सॅलडमधल्या भाज्या चिरण्याची पद्धत, मोरक्कन सॅलड प्लेटची परंपरा, कॉब्ज सॅलड लावण्याची पद्धत हे सारेच माहितीपूर्ण आहे.

सॅलड, सॅलड ड्रेसिंग, सॉस हे सर्व पदार्थ तसे बघितले तर पाश्चात्य व परदेशी खाद्यसंस्कृतीतील आहेत. त्यामुळे त्यात वापरल्या जाणाऱ्या बहुतेक पदार्थांना भारतीय नावे नाहीत. पण आता भारतातही हे पदार्थ होत असल्याने त्यापैकी नेहमी वापरल्या जाणाऱ्या इंग्रजी शब्दांना मराठी प्रतिशब्द देणे मला आवश्यक वाटले. सॅलड हे कोशिंबीर किंवा रायत्यापेक्षा जास्त खाल्ले जाते. कारण ते तोंडीलावणे नसून एक स्वतंत्र पदार्थ आहे. पुस्तकात दिलेल्या तयार कोशिंबिरी साधारणपणे चार माणसांना पुरतील अशा आहेत; पण तयार सॅलड मात्र त्या मानाने बरेच जास्त होईल.

या पुस्तकाची संकल्पना मांडून संपादन करणाऱ्या सकाळ प्रकाशनाच्या ऐश्वर्या कुमठेकर आणि पुस्तकाचे आकर्षक मुखपृष्ठ व मांडणी करणाऱ्या मधुमिता शिंदे यांचे मन:पूर्वक आभार.

चटणीच्या कहाणीप्रमाणेच ही कोशिंबीर व सॅलडची कहाणी देखील सर्व वाचकांना व खवय्यांना आवडेल, अशी आशा करते.

– मृणाल तुळपुळे

अनुक्रमणिका

भाग १

कोशिंबीर, रायते आणि सॅलड

कोशिंबीर, रायते आणि सॅलड

• जेवणाची लज्जत वाढविणारी कोशिंबीर

कोशिंबीर किंवा रायते हा भारतीय जेवणातील एक अविभाज्य भाग आहे. जेवण महाराष्ट्रातील असो, पंजाबमधील असो वा काश्मिरी, रायते किंवा कोशिंबीर हे तोंडीलावणे रोजच्या जेवणात असतेच. इतकेच काय, ताटात किंवा थाळीत कोशिंबीर किती वाढायची, तिची जागा व क्रमदेखील ठरलेला असतो. महाराष्ट्रीय भोजनात ताट वाढताना मिठाच्या खाली डाव्या बाजूला लिंबू, चटणी आणि त्यानंतर कोशिंबिरीचा क्रम असतो. त्यापैकी चटणी साधारणपणे छोटा चमचाभर, त्याच्या दुप्पट कोशिंबीर व कोशिंबिरीच्या दुप्पट भाजी या प्रमाणात हे पदार्थ वाढण्याची पद्धत आहे.

• कोशिंबिरीची कथा

कोशिंबिरींची कथा अशी काही प्रचलित नाही. पण तिचा जन्मदेखील विविध प्रयोग करून व आपल्याकडे मिळणारे वेगवेगळे पदार्थ वापरूनच झाला असेल, यात शंका नाही.

कोशिंबीर किंवा कचुंबर करताना त्यात बहुतेक वेळा कच्च्या भाज्या वापरल्या जातात. त्यात चवीसाठी मीठ, मिरची, लिंबाचा रस, कोथिंबीर, खवलेला नारळ असे पदार्थ घातले जातात. काही वेळा त्यावर फोडणीदेखील घातली जाते. कोशिंबीर हा पदार्थ अतिशय चविष्ट असून तो अगदी कमी वेळात तयार करता येतो. विशेष म्हणजे तिची चव खारट, आंबट, तिखट आणि गोड अशी चारही प्रकारची असते.

• पोटाला थंडावा देणारे रायते किंवा भरीत

हा कोशिंबिरीचाच एक प्रकार असून त्यात मुख्यत: दह्याचा वापर केला जातो. मीठ

व साखर घातलेल्या दह्यामध्ये वेगवेगळ्या कच्च्या वा वाफवलेल्या भाज्या घालून रायते तयार केले जाते. बहुतेक भारतीय पदार्थ हे मसालेदार किंवा तिखट असतात. या मसाल्यांचा दाह कमी करण्यासाठी व पोटाला थंडावा देण्यासाठी त्याबरोबर रायते खाल्ले जाते. याचे उत्तम उदाहरण म्हणजे बिर्याणीबरोबर खाल्ले जाणारे रायते.

रायत्यालाच आपण 'भरीत' म्हणतो. भरीत हा अगदी मराठमोळा पदार्थ आहे, असे म्हटले तरी चालेल. ढोबळपणे बघितले तर वाफवलेल्या भाज्या दह्यात कालवून भरीत केले जाते. असे असले तरी दह्यात कालवलेल्या सगळ्याच तोंडीलावण्यांना भरीत म्हणत नाहीत. काकडी चोचवून दह्यात घातली असता त्याला काकडीचे भरीत न म्हणता काकडीची दह्यातली कोशिंबीर असे म्हणतात. या उलट, वांगे भाजून त्याची काही प्रकारची तोंडीलावणी केली जातात, त्यात दही घातलेले नसले तरी त्याला भरीत म्हटले जाते.

रायते, भरीत असो अथवा कोशिंबीर, कचुंबर किंवा पचडी असो, नाव कोणतेही असले तरी या तोंडीलावण्यांमुळे जेवणाची लज्जत वाढते, हे मात्र नक्की.

• सॅलड

कोशिंबीर, रायते, भरीत या भारतीय तोंडीलावण्यांसारखाच पाश्चात्य संस्कृतीमधील महत्त्वपूर्ण प्रकार म्हणजे 'सॅलड'. तिथे प्रत्येक जेवणात असतच. सॅलडचा शब्दश: अर्थ 'भाज्यांचे काप' असा असला तरी ते करताना त्यात कोशिंबिरीप्रमाणे विविध प्रकारच्या भाज्या, फळे, कडधान्ये, मांस, सुकामेवा असे पदार्थ वापरले जातात. भाजी किंवा मांसयुक्त पदार्थांना जशी मीठ, मिरची व मसाल्यांनी चव दिली जाते, तशी सॅलडला एखाद्या ड्रेसिंगने चव दिली जाते.

• सॅलडची कहाणी

आता आपल्याला सॅलडचे अगणित प्रकार माहिती आहेत. पण पूर्वी सॅलड म्हणून जे पदार्थ बनवले जात, त्यांच्यात आणि आजच्या सॅलडमध्ये जमीन–अस्मानाचा फरक आहे. त्यावेळी स्वयंपाकघरात फ्रीज नसायचा. त्यामुळे केलेले पदार्थ लगेच संपवावे लागत किंवा ते उरलेच तर फार तर दुसऱ्या दिवशी संपवावे लागत. अशा परिस्थितीत ताज्या भाज्या टिकवण्यासाठी त्या व्हिनिगर आणि मिठात मुरवून ठेवण्याचीही पद्धत होती. अशा मुरवलेल्या भाज्यांना 'पिकल' म्हटले जाई.

त्यानंतरच्या काळात रोमन व ग्रीक माणसे कच्च्या हिरव्या भाज्यांमध्ये व्हिनिगर, ऑलिव्ह ऑईल, मीठ आणि हर्बज मिसळून खात असत. हिरव्या भाज्यांना किंचित कडसर चव असल्याने सॅलडमध्ये चवींचा समतोल राखण्यासाठी त्यात ते असे ड्रेसिंग

घालत असत. हा पदार्थ बागेतील ताज्या हिरव्या भाज्या घेउन तयार केला जात असे. मुख्य म्हणजे हा पदार्थ शिजवला जात नसल्यामुळे पटकन तयार होई. पचायला हलका असा हा पदार्थ सर्वांना आवडत असे; पण त्या पदार्थाला त्यावेळी 'सॅलड' हे नाव मिळाले नव्हते.

लॅटिन भाषेत मिठाला **Sal** असे म्हणतात. **Herba Salata** म्हणजे **Salted Greens**. त्यावरून मीठ व तेल तसेच मीठ व व्हिनिगर असे मिश्रण घातलेल्या हिरव्या भाजीला 'सॅलड' हे नाव मिळाले असावे. अल्पावधीतच लोकप्रिय झालेल्या सॅलड या पदार्थावर वेगवेगळ्या देशातील बल्लवाचार्य प्रयोग करू लागले. हिरव्या भाज्यांना ते त्या त्या देशात मिळणाऱ्या इतर भाज्यांची, पिकल्सची व फळांची जोड देउन चविष्ट असे सॅलड बनवू लागले.

एका दक्षिण आफ्रिकी आचाऱ्याने सांगितले होते, की जेव्हा त्याने बागेतल्या वाईल्ड रॉकेटची पाने, पालकची कोवळी पाने व इतर काही भाज्या वापरून ग्रीन सॅलड तयार करून चिकनबरोबर सर्व्ह केले, तेव्हा 'आम्ही जेवणात पालाबिला खात नाही' अशी टिप्पणी त्याला लोकांकडून ऐकायला मिळाली. आफ्रिकेमध्ये त्यावेळी लेट्युस व टोमॅटो विकत घेणे म्हणजे चैन समजली जात असे. ते श्रीमंत लोकांचे खाणे मानले जाई. नंतर त्याने वाईल्ड रॉकेट व पालकच्या जोडीला टोमॅटो, काकडी, पिकल्स व ऑलिव्हज वापरून एक सॅलड बनवले व ते लोकांच्या पसंतीस उतरले.

• सॅलडचे प्रकार

■ **ग्रीन सॅलड :** या सॅलडमध्ये प्रामुख्याने लेट्युसचे निरनिराळे प्रकार तसेच पालक व अन्य हिरव्या भाज्या वापरल्या जातात. या भाज्या कापण्यापेक्षा शक्यतो हाताने तोडून बारीक केल्या जातात व त्यावर मीठ, मिरपूड अथवा एखादे ड्रेसिंग घातले जाते. हिरव्या भाज्यांमध्ये अतिशय कमी कॅलरीज असल्यामुळे वजन कमी करण्यासाठी ग्रीन सॅलड हा अतिशय योग्य आहार आहे.

■ **भाज्यांचे सॅलड :** यामध्ये प्रामुख्याने काकडी, टोमॅटो, कांदा, गाजर, भोपळी मिरची, मुळा, सेलरी या कच्च्या भाज्या वापरल्या जातात. काही वेळा त्यात मश्रूम, ऑलिव्ह, मटार किंवा हिरवे बीन्स घातले जातात.

■ **बाउंडेड सॅलड (कालवलेले सॅलड) :** यामध्ये ज्या पदार्थाचे अथवा भाज्यांचे सॅलड करावयाचे आहे ते पदार्थ मेयॉनीजसारख्या सॉसमध्ये कालवले जातात. या सॅलडमध्ये मासे, मॅक्रोनी, चिकन, बटाटे, अंडी, असे पदार्थ वापरले जातात. सॉसमुळे ते पदार्थ मिळून येतात. ही सॅलड्स सँडविच करण्यासाठी वापरता येतात. ही सॅलड्स आधीपासून

तयार करून फ्रीजमध्ये ठेवता येत असल्याने ती छोट्या सहली किंवा बार्बेक्यू पार्टीसाठी उपयुक्त ठरतात.

■ **डिनर सॅलड :** या प्रकारात सॅलड हा जेवणातला मुख्य पदार्थ असतो. त्यात ग्रिल केलेले चिकन, प्रॉन्स, ट्युना किंवा इतर मासे व भाज्या एकत्र करून त्यावर मांसाच्या प्रकारानुसार निरनिराळी सॅलड ड्रेसिंग्ज घातली जातात. या सॅलडमध्ये मांसाचे प्रमाण जास्त असते. त्यामुळे तो एक पोटभरीचा पदार्थ होऊ शकतो.

■ **डेझर्ट सॅलड :** हे सॅलड गोडसर चवीचे असून त्यात फळे व भाज्या एकत्र करून जेलो अथवा जिलेटिनमध्ये सेट करतात. त्यामध्ये व्हिप्ड क्रीमही घातले जाते.

■ **कंपोज्ड सॅलड :** नावाप्रमाणेच या सॅलडमध्ये निरनिराळ्या भाज्या बशीमध्ये किंवा पसरट भांड्यात आकर्षकरीत्या रचून ठेवतात. त्यावर मीठ, मिरपूड, लिंबाचा रस अथवा एखादे सॅलड ड्रेसिंग घालतात.

■ **फ्रूट सॅलड :** हे सॅलड निरनिराळी फळे वापरून करतात. त्यामध्ये ताजी फळे तसेच हवाबंद डब्यातील फळे वापरली जातात. फळांवर दूध, क्रीम, कंडेन्स्ड मिल्क वा कस्टर्ड सॉस घालतात.

● सॅलड खाण्याच्या पद्धती

प्रत्येक देशाच्या खाद्यसंस्कृतीमध्ये सॅलडने एक महत्वपूर्ण स्थान मिळवले आहे; पण ते कसे खायचे, केव्हा खायचे व कशाबरोबर खायचे, याची प्रत्येक देशागणिक वेगवेगळी गणिते असतात. ती आपण समजून घेऊ या.

- **जेवणाआधीचा पहिला कोर्स : ॲपिटायझर सॅलड :** सूपच्या जोडीने दिले जाणारे थोडेसे सॅलड
- **जेवणाबरोबरीचा दुसरा कोर्स : साईड सॅलड :** जेवणातील मुख्य कोर्सबरोबर खाल्ले जाणारे सॅलड
- **जेवणाचा मेन कोर्स :** मांस, चिकन, मासे, अंडी, चीज अशा प्रथिनांनी परिपूण पदार्थांचा वापर करून केलेले सॅलड
- **जेवणानंतरचा कोर्स :** डेझर्ट सॅलड : फ्रूट फ्लॅटर किंवा सबंध फळांचे सॅलड

• सॅलड खाण्याच्या पद्धतीतील देशागणिक बदल

■ अमेरिकेत बहुतेक वेळा जेवणाच्या सुरुवातीला सूप बरोबर किंवा जेवणातील इतर पदार्थांबरोबर सॅलड खाल्ले जाते.

■ इटली, फ्रान्स व इतर युरोपीय देशांत सॅलड नेहमी मुख्य जेवणानंतर (मेन कोर्स) खाल्ले जाते. कारण सॅलडमधील तंतुमय घटकांमुळे मेन कोर्समधील जड पदार्थ पचण्यास मदत होते, हि विचारसरणी त्यामागे असते.

■ अरेबिक जेवणाच्या सुरूवातीला मेझ म्हणजे लहान लहान बश्यांमधून सॅलड, हमूससारखी डिप्स, चीज, ऑलिव्ह आणि ब्रेड सर्व्ह करतात.

• कोशिंबीर व सॅलड मधील साम्य व फरक

कोशिंबीर आणि रायता हे एकप्रकारचे सॅलडच आहे. त्यात वापरलेले मीठ, साखर, मिरची घातलेले दही, त्यावर दिलेली तूप व जिऱ्याची फोडणी, कोळाच्या भरतामधील चिंच-गूळ घातलेले नारळाचे दूध ही सगळी त्यावरील ड्रेसिंग्ज आहेत.

आपण कच्च्या कोशिंबिरीमध्ये मीठ, साखर, कोथिंबीर, मिरची व लिंबाचा रस घालतो, ते एकप्रकारचे सॅलड ड्रेसिंगच आहे. हे पदार्थ आपण एक एक करून मुख्य पदार्थात घालतो. त्याऐवजी लिंबाच्या रसात मीठ, साखर, कोथिंबीर, मिरची हे सगळे पदार्थ घालून कालवले आणि ते ड्रेसिंग मुख्य पदार्थावर घातले तरी कोशिंबिरीला चव तीच मिळते. फक्त करण्याची पद्धत वेगळी.

दाण्याचे कूट, खवलेले खोबरे किंवा तीळकूट घातल्याने कोशिंबीर चांगली मिळून येते. सॅलड ड्रेसिंग देखील सॅलड मिळून येण्याचेच काम करते.

खाली दिलेल्या बहुतेक सर्व पदार्थांपासून भारतीय कोशिंबिरी, रायते आणि पाश्चात्य सॅलडसही तयार करता येतात. फक्त त्यात घातलेल्या ड्रेसिंग्जमुळे त्यांच्या चवी वेगळ्या होतात.

■ **वनौषधी :** पुदिना, पार्सले, लसूण

■ **फळे :** सफरचंद, अननस

■ **भाज्या :** काकडी, कांदा, गाजर, लेट्युस, कोबी, बटाटा

फरक एवढाच की, कोशिंबिरी व रायत्यासाठी भाज्या बारीक चिरून,कुस्करून अथवा किसून घेतल्या जातात. या उलट, पाश्चात्य सॅलडमध्ये भाज्यांचे मोठे मोठे तुकडे असतात.

कोशिंबीर व सॅलडमध्ये वापरले जाणारे पदार्थ

कोशिंबिरी व सॅलड करताना कोणत्या कोणत्या पदार्थांचा वापर केला जातो, हा प्रश्न विचारला तर त्याचे उत्तर देणे फारच अवघड आहे. कारण हे दोन्ही पदार्थ भाज्या, फळे, तेलबिया, वेगवेगळ्या वनौषधी (हर्बज), डाळी, कडधान्ये अशा निरनिराळ्या आणि अगणित पदार्थांपासून बनवल्या जातात.

- **भाज्या :** कांदा, टोमॅटो, काकडी, गाजर, मुळा, मटार, लेट्यूस, कॉलीफ्लॉवर, कोबी, लाल भोपळा, दुधीभोपळा, मश्रूम, श्रावणघेवडा, इत्यादी
- **फळे :** अननस, केळे, पेरू, डाळिंब, सफरचंद, संत्री, हिरवे व काळे ऑलिव्हज, इत्यादी
- **डाळी :** चणा डाळ ,मूग डाळ, मसूर डाळ, इत्यादी
- **कडधान्ये :** मोड आलेले मूग व हरभरे, छोले, सोयाबीन, इत्यादी
- **सुकामेवा :** आक्रोड, बेदाणे, मनुका, काजू, इत्यादी
- **हर्बज किंवा वनौषधी :** कोथिंबीर, पुदिना, हिरव्या मिरच्या, लिंबू, इत्यादी
- **नटस किंवा तेलबिया :** शेंगदाणे, फुटाणे, पाईननटस, भोपळ्याच्या बिया, इत्यादी
- **दुग्धजन्य पदार्थ :** दही, चक्का, चीज, पनीर, इत्यादी

कोशिंबीर वा सॅलड खाण्याचे फायदे

आपला रोजचा आहार आरोग्यदायी होण्यासाठी त्यात कोशिंबीर किंवा सॅलडचा समावेश असणे जरूरीचे आहे. फळे व भाज्या हे निसर्गाने दिलेले नैसर्गिक अन्न असून ते अनेक पोषणमूल्यांनी परिपूर्ण आहे. त्यात उष्मांक, स्निग्धता आणि कोलेस्टेरॉल अगदी कमी प्रमाणात असून सॅलड व कोशिंबिरी शरीराला कर्बोदके, तंतुमय पदार्थ, अनेक जीवनसत्त्वे व खनिजे पुरवतात.

नैसर्गिक रंगांची विविध फळे व भाज्या डोळ्यांना आनंद तर देतातच, पण ती अतिशय आरोग्यदायीही असतात. फळे व भाज्यांच्या विविध रंगांचे शरीराला वेगवेगळे फायदे आहेत. आहारतज्ज्ञांच्या मते, भाज्या व फळांना मिळालेल्या सात नैसर्गिक रंगांपैकी प्रत्येक रंगामध्ये शरीराला आवश्यक अशी निरनिराळी पोषणमूल्ये असतात.

यासाठी आपल्या आहारात अशा विविध रंगांच्या भाज्या व फळे वापरून केलेल्या कोशिंबिरींचा व सॅलडचा समावेश केला पाहिजे.

प्रत्येक ऋतूमध्ये शरीराला ज्याची आवश्यकता असते, त्यानुसार फळे व भाज्यांची निर्मिती निसर्गाने केली आहे. त्यामुळे त्या त्या ऋतूमध्ये मिळणाऱ्या ताज्या भाज्या व फळे वापरून कोशिंबिरी वा सॅलड करावे. बऱ्याच घरात जेवताना काकडी, टोमॅटो व कांद्याच्या चकत्या कापून ठेवलेल्या असतात; पण रोज तेच तेच कच्चे पदार्थ खाण्याचा कंटाळा येऊ शकतो. अशावेळी त्याची कोशिंबीर वा सॅलड करणे योग्य ठरते.

कोशिंबीर वा सॅलड करताना त्यात बदल करून ते तोंडीलावणे अधिक आकर्षक आणि चवदार करता येते. त्यात विविधता आणण्यासाठी भाज्यांच्या जोडीने, फळे, वेगवेगळ्या डाळी, मोड आलेली कडधान्ये व सुकामेवा यांचा वापर करता येतो. त्यामुळे कोशिंबिरींना गोड, तिखट तसेच खमंग चव तर मिळतेच, आणि त्या अनेक पोषणमूल्यांनी परिपूर्ण होतात.

भाग २

विविध राज्यांतील चवदार कोशिंबिरी

विविध राज्यांतील चवदार कोशिंबिरी

• महाराष्ट्र

सह्याद्रीच्या कडेकपाऱ्यांनी वेढलेला, राकट, कणखर प्रदेश म्हणजे महाराष्ट्र. येथील खाद्यसंस्कृतीही झणझणीत आणि रसरशीत आहे. पौष्टिकता वाढविण्याचा विचारही येथे आवर्जून केला जातो. महाराष्ट्रातील पारंपरिक तोंडीलावणी म्हणजे कोशिंबीर आणि भरीत. वाफवलेल्या लाल भोपळ्याचे भरीत, भाजलेल्या वांग्याचे भरीत, कांदा, टोमॅटोची दह्यातली कोशिंबीर व खमंग काकडी हे महाराष्ट्रात नेहमी केले जाणारे भरताचे व कोशिंबिरीचे अस्सल मराठी प्रकार. बहुतेक सगळ्या मराठी पदार्थांना गूळ किंवा साखरेने गोडवा दिला जातो. कोशिंबिरी देखील त्याला अपवाद नसतात. आपण बघितले तर खाली दिलेल्या या कोशिंबिरींच्या कृतीमध्ये चवीसाठी चिमूटभर तरी साखर घातली आहे.

खमंग काकडी

साहित्य

२ मध्यम आकाराच्या काकड्या, २ मोठे चमचे दाण्याचे कूट, २ मोठे चमचे खवलेले खोबरे, १ मोठा चमचा चिरलेली कोथिंबीर, २ हिरव्या मिरच्या बारीक कापून, चवीला मीठ, साखर व लिंबाचा रस. १ लहान चमचा तूप व थोडे जिरे फोडणीसाठी

कृती

काकड्यांची साल काढून त्या चोचवून/बारीक चिरून घ्याव्यात. त्यात दाण्याचे कूट, खोबरे, कोथिंबीर, मिरच्या, मीठ, साखर व लिंबाचा रस घालून कालवावे. वरून तूप जिऱ्याची फोडणी द्यावी.

काकडीचा कायरस

साहित्य

२ काकड्या,
१ मोठा चमचा चिंचेचा कोळ,
३ मोठे चमचे किसलेला गूळ,
२ मोठे चमचे शेंगदाण्याचे कूट, १ लहान चमचा लाल तिखट, चवीला मीठ,
१ मोठा चमचा चिरलेली कोथिंबीर, फोडणीसाठी तेल , जिरे, मोहरी,
हिंग व हळद

कृती

काकड्यांची साल काढून त्या चोचवून / बारीक चिरून घ्याव्यात. एका भांड्यात चिंचेचा कोळ, गूळ, मीठ व लाल तिखट असे एकत्र करावे व गरम करण्यास ठेवावे. (गरम न करता गूळ विरघळेपर्यंत चमच्याने ढवळले तरी चालते.) गूळ विरघळला की उतरवावे. गार झाल्यावर त्यात दाण्याचे कूट व काकडी घालून एकत्र करावे. तेल तापवून जिरे, मोहरीची फोडणी करावी व तयार कायरसावर घालावी. वरुन चिरलेली कोथिंबीर घालावी.

लाल भोपळ्याचे भरीत

साहित्य

अर्धा कप लाल भोपळ्याचा कीस, १ कप दही,
१ हिरवी मिरची,
थोडी कोथिंबीर,
मीठ व साखर चवीला,
१ लहान चमचा तूप व जिरे फोडणीसाठी

कृती

कढईमध्ये तूप व जिऱ्याची फोडणी करून त्यात मिरचीचे तुकडे करून घालावे. त्यात भोपळ्याचा कीस घालून जरा परतावे व झाकण ठेवून वाफ द्यावी. गार झाल्यावर दुसऱ्या भांड्यात काढून त्यात मीठ, साखर, कोथिंबीर व दही घालून कालवावे. लाल भोपळ्याच्या फोडी वाफवून देखील हे भरीत केले जाते.

कैरीची डाळ

करायला अतिशय सोपी आणि चविष्ट अशी कैरीची डाळ अस्सल मराठी पदार्थ आहे. उन्हाळ्यात जेव्हा कैऱ्या मिळतात, तेव्हा घरोघरी हमखास हा पदार्थ केला जातो. कैरीची डाळ गणेश विसर्जनाच्या वेळी नैवेद्य म्हणूनही केली जाते. त्या सुमारास कैरी मिळत नसली तरी आंबटपणासाठी लिंबाचा रस घालून ही नैवेद्याची डाळ करतात.

साहित्य

१ कप चण्याची डाळ,
१ कैरी,
१ मोठा चमचा कोथिंबीर,
१ मोठा चमचा खवलेले खोबरे,
२ हिरव्या मिरच्या ठेचून,
मीठ व साखर चवीला.
फोडणीसाठी १ मोठा चमचा तेल, हिंग, हळद, मोहरी,
२ लाल मिरच्या,
कढीपत्ता

कृती

चण्याची डाळ ४/५ तास भिजत घालावी. डाळ भिजल्यावर उपसून खलबत्त्यात जाडसर कुटून घ्यावी किंवा मिक्सरवर भरड वाटावी. एका भांड्यात वाटलेली डाळ, कैरीचा कीस, थोडी कोथिंबीर, थोडे खोबरे, वाटलेल्या मिरच्या, मीठ व साखर एकत्र करावे. लाल मिरच्या व कढीपत्ता घालून खमंग फोडणी करावी व डाळीवर घालून सगळे नीट कालवावे. वरून उरलेली कोथिंबीर व खोबरे घालावे. (कैरी फार आंबट असेल तर किसल्यावर त्यातला रस पिळून टाकावा व चवीप्रमाणे डाळीत घालावा.)

साहित्य

१ वाटी उडदाची डाळ,
अर्धी वाटी हरभरा डाळ,
चिमूटभर हिंग,
अर्धा चमचा जिरे,
३ लाल मिरच्या,
चवीला मीठ व डाळी भाजण्यापुरते तेल

उडदाचे डांगर

कृती

कढईत थोडे तेल घालून उडदाची व हरभऱ्याची डाळ लालसर होईपर्यंत वेगवेगळी परतावी. त्याच तेलात हिंग, जिरे व लाल मिरच्या परताव्यात. गार झाल्यावर मीठ घालून एकत्र करावे व भरड दळून आणावे. डांगर कालवायच्या आधी अर्धा तास ताकात भिजवून ठेवावे. त्यात चवीला मीठ, साखर, एक कांदा व थोडी कोथिंबीर बारीक चिरून घालावी. या मिश्रणात दही घालून कालवावे. थोड्या तेलात हिंग, मोहरी, लाल मिरची व हळद घालून फोडणी करावी व कालवलेल्या डांगरात घालावी. डांगर फार घट्ट वाटल्यास त्यात थोडे ताक घालावे.

- **राजस्थान**

रखरखीत, वाळवंटी प्रदेश, उष्ण हवामान आणि युद्धाची पार्श्वभूमी असलेल्या राजस्थानची खाद्यसंस्कृती तेथील पार्श्वभूमी लक्षात घेउनच निर्माण झाली आहे. या भागात ताज्या भाज्यांचे दुर्भिक्ष असते. पण त्यांची कसर कडधान्ये, डाळी, वेगवेगळे पापड, सांडगे वापरून भरून काढली जाते. तेथील भागात जे पदार्थ उपलब्द असतात, त्यांचा वापर करून सुग्रास जेवण बनवण्याचे कसब राजस्थानी गृहिणींकडे असते.

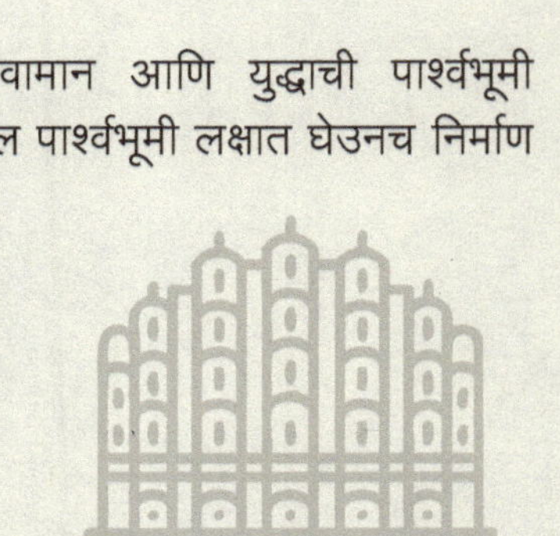

पापडाचे रायते

साहित्य

२ वाट्या दही,
५ उडदाचे किंवा मुगाचे पापड,
२ हिरव्या मिरच्या,
२ मोठे चमचे बारीक चिरलेली कोथिंबीर,
अर्धा चमचा जिरेपूड,
अर्धा चमचा वाटलेले आले,
चिमूटभर आमचूर,
चवीला मीठ

कृती

पापड व हिरव्या मिरच्या तळून घ्याव्यात. (पापड भाजलेले असतील तरी चालतात.) तळलेले पापड हाताने कुस्करून ठेवावे. दही फेटून त्यात कोथिंबीर, आले, जिरेपूड, आमचूर व मीठ घालून सारखे करावे. आयत्यावेळी त्यात पापडाचा चुरा मिसळावा व वर तळलेल्या हिरव्या मिरच्या ठेवाव्यात. रायते तिखट हवे असल्यास तळलेल्या मिरच्या कुस्करून दह्यात घालाव्यात.

• केरळ

केरळ म्हटले की डोळ्यासमोर येतो तिथला निळाशार समुद्र, समुद्रात नांगरलेल्या होड्या, बाजूला दाटीवाटीने उभी असलेली नारळाची झाडे, केळीच्या बागा आणि जागोजागी शहाळी, केळ्यांचे घड आणि मासे घेऊन बसलेली माणसे! निसर्गसौंदर्याप्रमाणेच केरळ प्रसिद्ध आहे येथील खाद्यपदार्थांसाठी. केरळच्या खाद्यसंस्कृतीमध्ये कच्ची वा पिकलेली केळी वापरून अनेक गोड व तिखट पदार्थ बनवले जातात. कच्च्या केळ्याची पचडी हा त्यातलाच एक चविष्ट पदार्थ.

कच्च्या केळ्याचे रायते

साहित्य

४ कच्ची केळी,
१ कप दही,
१ मोठा चमचा कोथिंबीर,
चवीला मीठ,
फोडणीसाठी कढिपत्ता,
१ लाल मिरची,
मोहरी, हिंग व तेल.

कृती

केळी उकडून घ्यावी व गार झाल्यावर त्याचे साल काढून किसून किंवा कुस्करून घ्यावीत. दही फेटून त्यात कोथिंबीर व मीठ घालावे. त्यावर कढिपत्ता, लाल मिरची व हिंगाची फोडणी घालून सारखे करावे. कुस्करलेली केळी दह्यात कालवावी.

कच्च्या केळ्याची पचडी

साहित्य

४ कच्ची केळी,
२ मोठे चमचे खवलेले खोबरे,
१ मोठा चमचा कोथिंबीर,
चवीला मीठ,
फोडणीसाठी कढिपत्ता,
१ लाल मिरची, मोहरी, हिंग,
हळद व तेल.

कृती

केळी उकडून घ्यावी व गार झाल्यावर त्यांचे साल काढून किसून किंवा कुस्करून घ्यावीत. किसलेल्या केळ्यात खवलेले खोबरे; कोथिंबीर व मीठ घालून कालवावे. त्यावर कढिपत्ता, लाल मिरची, हिंग, हळदीची फोडणी घालून सारखे करावे.

- **काश्मीर**

हिमालयाच्या कुशीत वसलेले काश्मीर म्हणजे नंदनवन. सफरचंद, चेरी, पेअर, अक्रोड, ही फळे तसेच शलगम, नवलकोल, मुळा, केशरी गाजरे अशा भाज्या तिथे पिकतात. भाज्या व फळांच्या कोशिंबिरी आणि चटण्या ही काश्मिरची खासियत आहे. या सर्व पदार्थात काश्मीरी लाल मिरच्या, सुंठ, बडीशेप आणि इतर मसाल्यांच्या जोडीने भरपूर दही घातले जाते. त्यामुळे त्यांना खास चव मिळते.

शलगम व नवलकोलची कोशिंबीर

साहित्य

१ शलगम,
१ नवलकोल,
अर्धा कप अक्रोडाचे तुकडे,
चिमूटभर सुंठ,
१ काश्मिरी मिरची,
१ लहान चमचा कोथिंबीर,
मीठ व लिंबाचा रस चवीला.
२ मोठे चमचे दही

कृती

शलगम व नवलकोलचे साल काढून ते मोठ्या किसणीवर वेगवेगळे किसून घ्यावे. मिरचीचे बारीक तुकडे करावे. एका बाऊलमध्ये शलगम, नवलकोल, मिरची, कोथिंबीर व अक्रोडाचे तुकडे एकत्र करावेत. त्यात मीठ व लिंबाचा रस घालून कालवावे. दह्यात सुंठ व मीठ घालून फेटावे. आयत्या वेळी वरून हे दही घालावे. सुंठीचे दही घातल्यावर कोशिंबीर कालवत नाहीत. काश्मीरमधील वाझवान पाकशैलीनुसार सुंठीचे वा केशराचे दही अनेक पदार्थांबरोबर खाल्ले जाते.

• उत्तर प्रदेश

उत्तर प्रदेशची राजधानी लखनौ म्हणजे नवाबी खाना आणि शाही पदार्थ हे समीकरण ठरलेले आहे. तिथे थंडीच्या दिवसात मटार खूप वापरला जातो. त्यावेळी मटारचे सालन, मटार पुलाव, मटार पराठे , मटार रायता असे पदार्थ हमखास बनवले जातात. हे सर्व पदार्थ दूध, तूप, दही, मलई अशा पौष्टिक पदार्थांनी परिपूर्ण असून त्यात सढळ हस्ते सुकामेवा वापरतात.

मटार आणि पनीर कचुंबर

साहित्य

१ कप मटार,
१ कप पनीरचे तुकडे,
अर्धा कप बारीक चिरलेला पालक, १ कांदा,
१ लहान चमचा लिंबाचा रस,
१० बेदाणे, चवीला मीठ

कृती

मटार वाफवून घ्यावा. कांदा बारीक चिरून घ्यावा. पनीरचे तुकडे कुस्करून घ्यावे. एका भांड्यात वाफवलेले मटार, कांदा, पालक, पनीर व बेदाणे घालून त्यात मीठ व लिंबाचा रस मिसळावा. कुस्करलेल्या पनीरमुळे कचुंबर एकजीव होण्यास मदत होते.

• पंजाब

पंजाब म्हणजे पाच नद्यांचा सुपीक प्रदेश. तेथील बहुतेक पदार्थ सरसोच्या तेलात बनवले जातात. त्यामुळे त्यांना खास चव मिळते. पंजाब प्रसिद्ध आहे वड्या घालून बनवलेल्या भाज्या, डाळी, रायते अशा पदार्थांसाठी. वड्या करताना भिजवलेली मूग किंवा उडीद डाळ वाटून त्यात एखादी भाजी, बडीशेप, आले व चवीला मीठ असे घालतात. तयार डाळीचे छोटे छोटे गोळे ताटात ठेउन कडक उन्हात वाळवले जातात. अशा वड्या तिथे एक बेगमीचा पदार्थ म्हणून केला जातो.

वडी रायते

साहित्य

८/१० वाळवलेल्या वड्या, दीड वाटी दही, कोथिंबीर, आमचूर, चवीला मीठ, लाल तिखट व जिरे पूड, तळण्यासाठी तेल

कृती

वड्या तेलात तळून घ्याव्यात. गार झाल्यावर त्यांचे तुकडे करावेत. दही फेटून त्यात आमचूर, मीठ व कोथिंबीर घालावी. वड्यांचे तुकडे दह्यात घालावे व थोडा वेळ झाकून ठेवावे. दह्यात घातल्यावर वड्या फुगतात, त्यामुळे दही फार घट्ट नसावे. आयत्या वेळी वरून लाल तिखट व जिरेपूड घालावी.

- **गुजराथ**

गुजराती थाळी म्हणजे खवय्यांना पर्वणीच असते. फरसाण व उंधियोच्या जोडीने त्या थाळीतला आगळा वेगळा पदार्थ म्हणजे सांभारो ही पारंपारिक गुजराती कोशिंबीर. सांभारोमध्ये कोबी, नवलकोल, गाजर, कच्ची पपई अशा भाज्या वापरल्या जातात. विशेष म्हणजे सांभारोमध्ये वापरलेल्या भाज्या फोडणीला टाकून त्यांचा करकरीतपणा टिकेल, इतपतच परतल्या जातात. ह्या भाज्या अर्धवट कच्च्या असतात असे म्हणले तरी चालेल.

सांभारो

साहित्य

१ कप पातळ चिरलेला कोबी, अर्धा कप किसलेली कच्ची पपई, अर्धा कप गाजराचा कीस, २ हिरव्या मिरच्या, थोडी कोथिंबीर, १ मोठा चमचा किसलेली कैरी, चवीसाठी मीठ व साखर, फोडणीसाठी १ मोठा चमचा तेल, मोहरी, हिंग व हळद

कृती

कोबी, पपई, गाजर व कैरीचा कीस एकत्र करावा. (कैरी फार आंबट असेल तर त्यातील पाणी पिळून टाकावे.) कढईमध्ये तेल घालून मोहरी, हिंग, हळद व हिरव्या मिरच्यांची फोडणी करावी. त्यात भाज्या थोड्या परताव्यात. मीठ व साखर घालावी. भाज्या कोरड्या व मोकळ्या झाल्यावर एका भांड्यात काढाव्यात व वरून कोथिंबीर पेरावी. सांभारो फक्त कोबी, नवलकोल किंवा कच्च्या पपईचा करतात. त्यात कैरीऐवजी लिंबाचा रस घातला तरी चालते.

• गोवा

अप्रतिम निसर्गसौंदर्य व समुद्र किनारे लाभलेले गोवा हे भारतीय आणि परदेशी पर्यटकांचे अगदी आवडते ठिकाण. तिथे जायचे म्हणजे मौजमस्ती आणि मासे हे गणित ठरलेलेच. गोव्याचे वैशिष्ट्य म्हणजे तेथील खवय्ये, अगत्यशील लोक आणि तिथे मिळणारे एकाहून एक असे चविष्ट पदार्थ.

बांगड्याची कोशिंबीर

साहित्य

२ बांगडे,
१ मोठा कांदा,
१ मोठा टोमॅटो,
२ हिरव्या मिरच्या,
१ मोठा चमचा बारीक चिरलेली कोथिंबीर,
१ मोठा चमचा व्हिनिगर व चवीला मीठ
बांग़डे परतायला चमचाभर तेल

कृती

बांगडे साफ करून त्यांना मीठ व व्हिनिगर लावून ठेवावेत. तव्यावर तेल तापवून त्यात बांगडे परतून घ्यावेत. गार झाल्यावर काटे काढून घ्यावेत. कांदा उभा चिरावा. टोमॅटोमधल्या बिया काढून तो उभा चिरावा. हिरव्या मिरचीचे बारीक तुकडे करावे. कांदा , टोमॅटो, मिरची, मीठ व व्हिनिगर एकत्र कालवावे. सर्व्ह करते वेळी त्यात हलक्या हाताने बांगड्याचे तुकडे मिसळावेत. वरून कोथिंबीर पेरावी.

या कोशिंबिरीत बांगड्याऐवजी रावस, सुरमई असा कोणताही मासा वापरता येईल.

भाग ३

दही रायते, भरीत व सॅलड ड्रेसिंग

दही रायते, भरीत व सॅलड ड्रेसिंग

• दही रायते व सॅलड ड्रेसिंग

रायते कोणत्याही प्रकारचे असो, दही हा त्यातला एक महत्वाचा घटक आहे. दह्याशिवाय कोणतेच रायते होत नाही. बिर्याणी, कबाब आणि पराठे हे पदार्थ तर रायत्याशिवाय खाल्लेच जात नाहीत. तजेलदार आणि थंडगार असा दह्यातला रायता करायला अतिशय सोपा असून पटकन तयार होतो.

रायत्यासाठी कशाप्रकारचे दही वापरले जाते त्यावर रायत्याची चव अवलंबून असते. उत्तम दर्जाचे दही वापरले तर तितकाच उत्तम रायता बनेल. साय न काढलेल्या दुधापासून घरी विरजलेले दही हे उत्तम प्रतीचे दही म्हणता येईल. हल्ली बाजारात देखील असे उत्तम प्रतीचे दही मिळते. रायते करताना दही शक्यतो थोडावेळ फडक्यात बांधून ठेवावे. त्यातला पाण्याचा अंश कमी झाला की दह्याला घट्टपणा येईल व रायत्याला पाणी सुटणार नाही.

येथे रायत्याचे काही साधे (Basic) प्रकार देत आहे, जे थालीपीठ, तिखटमिठाच्या पुऱ्या, पराठा अशा पदार्थांबरोबर खाल्ले जातात किंवा त्यात बुंदी, मोडाची कडधान्ये वा भाज्या असे इतर पदार्थ घालून खाल्ले जातात.

रायत्याचे दही

साहित्य

१ वाटी दही,
१ चमचा दाण्याचे कूट,
अर्धा चमचा बारीक चिरलेली कोथिंबीर,
१ हिरवी मिरची,
चवीला मीठ व साखर,
थोडे तूप व जिरे फोडणीसाठी

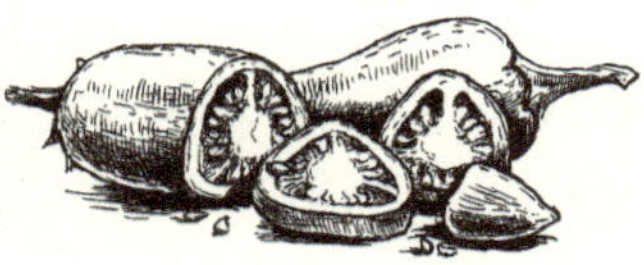

कृती

दही फेटून त्यात मीठ, साखर, दाण्याचे कूट व कोथिंबीर घालावी. तुपात जिरे व मिरचीचे तुकडे घालून फोडणी करावी. फोडणी दह्यावर घालून एकत्र करावे

हिरव्या मिरचीचा चटका

साहित्य

१ वाटी दही,
४ हिरव्या मिरच्या तुकडे करून,
२ पाकळ्या लसूण,
१ लहान चमचा बारीक चिरलेली कोथिंबीर,
चवीला मीठ व फोडणीसाठी तेल, हिंग व मोहरी

कृती

थोड्या तेलात हिंग व मोहरीची फोडणी करून त्यात हिरव्या मिरच्यांचे तुकडे व लसणीच्या पाकळ्या किंचित परतून घ्याव्यात. गार झाल्यावर मीठ घालून खरबरीत वाटून घ्याव्या. दही फेटून त्यात मिरची व लसणाचे वाटण आणि कोथिंबीर घालावी. उरलेली फोडणी तयार दह्यावर घालून कालवावे. चटका नावाप्रमाणे खूप तिखट हवा असेल तर त्यात जास्त मिरच्या घालाव्यात.

पुदिना रायते

साहित्य

१ कप पुदिन्याची पाने,
अर्धा कप कोथिंबीर,
१ हिरवी मिरची,
अर्धा चमचा जिरेपूड,
दीड कप दही,
चवीला मीठ

कृती

दही फेटून घ्यावे. त्यापैकी थोडे दही, पुदिना, कोथिंबीर व मिरची मिक्सरवर बारीक वाटून घ्यावे. वाटलेले मिश्रण फेटलेल्या दह्यात घालून कालवावे.वरून जिरेपूड भुरभुरावी.

पुदिना रायते शरीराला थंडावा देणारे असल्यामुळे बहुतेक वेळा उन्हाळ्याच्या दिवसात खाल्ले जाते. हा रायते बिर्याणीबरोबर सर्व्ह करताना त्यात बारीक चिरलेला कांदा घालतात. कबाब किंवा रोस्ट मीट बरोबर सर्व्ह केले असता त्याला दही चटणी किंवा पुदिना चटणी असे म्हटले जाते.

मसालेदार दही तडका

साहित्य

दीड वाटी दही,
तडक्यासाठी एक लहान चमचा तेल,
चार ते पाच कढिपत्याची पाने,
दोन लाल मिरच्या, जिरे, मोहरी व हिंग,
चवीसाठी मीठ,
थोडी कोथिंबीर

कृती

दही फेटून त्यात मीठ आणि कोथिंबीर घालावी. कढल्यात जिरे, मोहरी हिंग, लाल मिरच्या व कढिपत्याची फोडणी करावी. गार झाल्यावर तयार दह्यात घालून एकत्र करावे.

हैद्राबादी बुऱ्हानी रायते

साहित्य

१ कप दही,
४ लसूण पाकळ्या,
१ मोठा चमचा कोथिंबीर,
लाल तिखट,
जिरेपूड,
काळे मीठ

कृती

दही फेटून घ्यावे, लसूण वाटून घ्यावा. दह्यात कोथिंबीर, लसूण, काळे मीठ, लाल तिखट व जिरेपूड घालून कालवावे. फ्रीजमध्ये ठेवून गार करावे. बुऱ्हानी रायता हैदराबादचे खास रायते असून ते बिर्याणी व मसालेदार मोगलाई पदार्थांबरोबर खाल्ले जाते. हे रायते नेहमी थंडगार सर्व्ह करतात.

सॅलड ड्रेसिंग्ज आणि दही

बरीचशी सॅलड ही मेयॉनीज वापरून बनवलेली असतात. मेयॉनीजमध्ये उष्मांक बराच जास्त असल्यामुळे आपल्या तब्येतीविषयी जागरूक असणारे लोक असे सॅलड खाणे टाळतात. अशा वेळी मेयॉनीजला पर्याय म्हणून दही वापरले जाते. काही सॅलड ड्रेसिंग्जमध्ये सावर क्रीम घातलेले असते व त्याला पर्याय म्हणून दह्याचा वापर केला जातो.

वॉल्डॉर्फ सॅलडसारख्या काही लोकप्रिय सॅलडच्या ड्रेसिंग्जमध्ये मेयॉनीजच्या बरोबरीने दही घातलेले असते.

ग्रीक योगर्ट ड्रेसिंग
(दह्याचे सॅलड ड्रेसिंग)

साहित्य

१ कप ग्रीक योगर्ट (साय न काढलेल्या दुधाचे दही),
१ मोठा चमचा व्हाईट वाईन व्हिनिगर,
१ लहान चमचा पिठीसाखर,
१ लहान चमचा ठेचलेला लसूण,
अर्धा कप एक्स्ट्रा व्हर्जिन ऑलिव्ह ऑईल,
चिमूटभर डिल पूड,
चवीला मीठ व मिरपूड

कृती

वरील सर्व पदार्थ एका बाऊलमध्ये घालून हलके होईपर्यंत फेसावे. तयार ड्रेसिंग फ्रीजमध्ये ठेवून लागेल त्याप्रमाणे वापरावे.

हनी मस्टर्ड सॅलड ड्रेसिंग

साहित्य

१ कप साय न काढलेल्या दुधाचे दही,
१ मोठा चमचा एक्स्ट्रा व्हर्जिन ऑलिव्ह ऑईल,
१ मोठा चमचा मस्टर्ड,
२ मोठे चमचे मध,
१ मोठा चमचा ॲपल सायडर व्हिनिगर,
मीठ व मिरपूड चवीला

कृती

एका बाऊलमध्ये दही घालून ते काट्याने फेटावे. त्यात उरलेले सर्व पदार्थ घालून हलके होईपर्यंत फेटावे. तयार ड्रेसिंग क्रिमी व हलके झाले पाहिजे.

योगर्ट ड्रेसिंग

एका बाऊलमध्ये एक कप दही, एक मोठा चमचा ऑलिव्ह ऑईल, पाच-सहा बारीक चिरलेली बेसिलची पाने व चवीला लिंबाचा रस, मीठ व मिरपूड असे एकत्र करून फेटावे.

ग्रिल केलेल्या भाज्या, काकडी, टोमॅटो, कांदा, गाजर अशा कच्च्या भाज्या अथवा सॅलड ग्रीन्समध्ये ही दह्याची ड्रेसिंग्ज घातल्यास वजन कमी करण्यासाठी योग्य अशी चविष्ट सॅलड तयार करता येतात.

• भरीत व रायते

भरीत व रायता ही दोन्ही तोंडीलावणी शक्यतो दही घालूनच केली जातात. मीठ व साखर घातलेल्या दह्यामध्ये वेगवेगळ्या कच्च्या वा वाफवलेल्या भाज्या घालून रायते तयार करतात. वाफवलेल्या किंवा भाजलेल्या भाज्या दह्यात कालवून भरीत केले जाते.

उत्तम रायते किंवा भरीत करण्यासाठी

- रायते व भरीत करताना त्यात घालायच्या भाज्या न शिजवता त्या वाफवाव्यात.
- भाज्या आयत्या वेळी दह्यात कालवाव्यात, नाहीतर रायत्याला पाणी सुटते.
- दह्यामध्ये भेंडी, कारली अशा भाज्या तळून घातल्यास रायत्याला वेगळी चव मिळते.
- पालेभाज्यांचा रायता करताना त्या चिरून फोडणीला टाकाव्या व एक वाफ द्यावी.
- दह्यात थोडे मेतकूट घातल्यास भरीत वा रायत्याला चांगली चव मिळते.

ब्रेड रायते

साहित्य

१ वाटी दही,
चिमूटभर जिरेपूड,
लाल तिखट,
१ मोठा चमचा बारीक चिरलेली कोथिंबीर,
२ ब्रेडचे स्लाईस,
चवीसाठी मीठ व साखर,
तळणीसाठी तेल

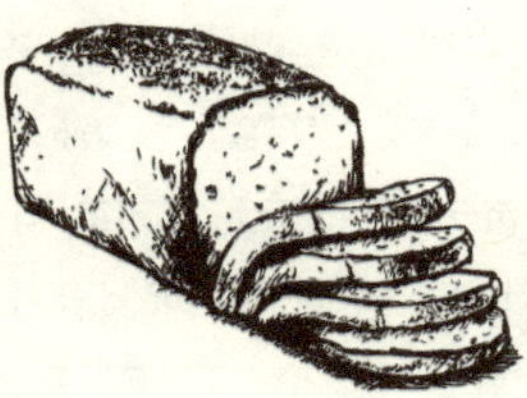

कृती

ब्रेडचे लहान चौकोनी तुकडे करून घ्यावे व ते तेलात लालसर होईपर्यंत तळावे. तळलेले ब्रेड स्लाईस कागदावर काढावे म्हणजे त्यातले जास्तीचे तेल निघून जाईल. दह्यात मीठ, साखर व कोथिंबीर घालून फेटावे. आयत्यावेळी ब्रेडचे तुकडे घालून ढवळावे व वरून जिरेपूड आणि लाल तिखट घालावे. घरात कोशिंबीर करण्यासाठी भाज्या नसतील तर आयत्यावेळी करण्यासाठी योग्य असा हा पदार्थ आहे.

पालक – मेथी रायते

साहित्य

१ वाटी चिरलेला पालक,
अर्धी वाटी चिरलेली मेथी,
२ वाट्या दही,
३ लसूण पाकळ्या,
२ हिरव्या मिरच्या, चिमूटभर जिरेपूड, चवीप्रमाणे मीठ व साखर,

फोडणीसाठी :

१ मोठा चमचा तेल,
हिंग व मोहरी

कृती

लसूण पाकळ्या व मिरच्या ठेचून घ्याव्यात. कढईमध्ये फोडणी करून त्यात ठेचलेला लसूण व मिरच्या परताव्यात. पालक व मेथी घालून परतावे व झाकण लावून वाफ द्यावी. दही फेटून त्यात मीठ, साखर व जिरेपूड घालावी. परतलेला पालक व मेथी गार झाल्यावर तयार दह्यात कालवावी. अशा पद्धतीने पालक व मेथी अर्धवट शिजतात व चवदार रायता तयार होतो.

टोमॅटोचे भरीत

साहित्य

२ मोठे टोमॅटो,
१ हिरवी मिरची,
चमचाभर चिरलेली कोथिंबीर,
१ कप दही,
चवीला मीठ व साखर,
फोडणीसाठी हिंग,
हळद, मोहरी व कढिपत्ता

कृती

टोमॅटो फॉईलमध्ये गुंडाळून ओव्हनमध्ये भाजून घ्यावे किंवा उकळत्या पाण्यात घालून थोडा वेळ झाकून ठेवावेत, जेणेकरून त्यांचे साल निघेल. साल काढलेले टोमॅटो हाताने कुस्करून घ्यावे. मात्र फार बारीक करू नये. हिरवी मिरची ठेचून घ्यावी. दह्यात मीठ, साखर व कोथिंबीर घालून फेटावे. कढईमध्ये फोडणी करून त्यात मिरची व कुस्करलेले टोमॅटो घालावे व त्यातला रस आटेपर्यंत परतावे. हे मिश्रण दह्यात कालवण्याइतपत घट्ट झाले की गॅस बंद करावा. गार झाल्यावर टोमॅटोचे मिश्रण दह्यात कालवावे.

वेगळ्या प्रकारचे व वेगळ्या चवीचे हे टोमॅटो भरीत पराठा किंवा पुरीबरोबर छान लागते.

शेव / गाठींचे रायते

साहित्य

अर्धा कप जाड शेव/गाठी,
१ कांदा,
१ कप दही,
१ मोठा चमचा कोथिंबीर,
चिमूटभर लाल तिखट,
चवीला मीठ,
१ लहान चमचा बारीक शेव

कृती

कांदा किसून त्यातले पाणी पिळून टाकावे. दह्यात कोथिंबीर व मीठ घालून ते फेटावे. त्यात कांदा घालावा. आयत्यावेळी दह्यात शेव/गाठी कालवाव्यात व वरून लाल तिखट आणि बारीक शेव घालावी. शेवेचे रायते करताना तिखट शेव घेऊ नये.

• **भाज्यांचे रायते/ भरीत**

दुधी भोपळा, घोसाळे, दोडका, भेंडी, सुरण ,कारली अशा वेगवेगळ्या भाज्या वाफवून, तळून किंवा तेलावर जराशा परतून त्या मिरचीच्या चटक्यामध्ये घालून वेगवेगळे रायते किंवा भरीत करता येते.

■ दुधी भोपळ्याचे साल व बिया काढून लहान तुकडे करावे. थोड्या तेलाची फोडणी करून त्यात हे तुकडे परतावे. चवीला मीठ घालावे व झाकण लावून वाफ द्यावी.

■ घोसाळे, दोडका या भाज्यांचे साल काढून मोठे तुकडे करावेत व ते वाफवून घ्यावे. गार झाल्यावर अलगद कुस्करावे. जास्त भुगा होऊ देऊ नये.

■ भेंडीचे इंचभर लांबीचे तुकडे करून ते लालसर तळून घ्यावे.

■ सुरणाचे चौकोनी तुकडे करून तळून घ्यावे.

■ कारल्याचे रायते करताना प्रथम त्यातल्या बिया व साल काढून चकत्या कराव्यात व त्यांना मीठ चोळून ठेवावे. थोड्या वेळाने जे पाणी सुटेल ते पिळून टाकावे व चकत्या फडक्यावर पसरून कोरडया कराव्यात.चमचाभर डाळीच्या पिठात चवीला मीठ व तिखट घालावे. त्या मिश्रणात कार्ल्याच्या चकत्या घोळवून गरम तेलात तळून घ्याव्यात.

या सर्व भाज्या गार झाल्यावर मिरचीच्या चटक्यात अथवा रायत्याच्या दह्यात कालवाव्या. हिरव्या मिरचीच्या चटक्याची व रायत्याच्या दह्याची कृती याच प्रकरणात सुरवातीला दिली आहे.

खारी बुंदी

बुंदी रायता राजस्थान व उत्तर भारतातील अनेक प्रांतांमध्ये नेहमी केले जाणारे लोकप्रिय असे तोंडीलावणे आहे. हरभरा किंवा वाटाण्याच्या डाळीपासून केलेल्या बुंदी दह्यात कालवून हा रायता तयार करतात.

बुंदी तयार करताना डाळीचे पीठ भिजवून ते जाड भोकाच्या झाऱ्यातून तळणीत पाडतात. झाऱ्याच्या भोकातून तळणीत पडलेल्या लहान लहान गोलसर बुंदी कुरकुरीत होईपर्यंत तळतात. अशा तऱ्हेने बनवलेल्या बुंदीपासून लाडू किंवा बर्फी असे गोड पदार्थ किंवा शेंगदाणे, बेदाणे, काजू घालून चिवडा तयार करतात. हल्ली बाजारात खारी बुंदी, लाल तिखट लावलेली बुंदी, पुदीना बुंदी, चाट मसाला लावलेली बुंदी असे बुंदीचे अनेक प्रकार उपलब्ध असतात.

दह्यात मीठ व तिखट घालून त्यात बुंदी कालवली की झाला बुंदी रायता तयार, असे वाटणे स्वाभाविक आहे. पण तरीही कित्येकदा बुंदी रायता बिघडू शकतो.

उत्तम बुंदी रायत्यासाठी :

- नेहमी ताजे दही वापरावे. दही आंबट नसावे.
- बुंदी रायत्यासाठी खारी बुंदी वापरावी. लाल तिखट लावलेली बुंदी वापरली तर रायत्याचे रंगरूप बिघडून जाते.
- विकतच्या बुंदीमध्ये मीठ असते. त्यामुळे दह्यात बेताने मीठ घालावे.
- रायता करताना बुंदी पाण्यात किंवा ताकात साधारण ५ मिनिटे भिजवावी. नंतर हलक्या हाताने पिळून काढावी. पिळताना ती मोडणार नाही याची काळजी घ्यावी.
- भिजलेली बुंदी गाळण्यावर टाकल्यास ती न मोडता त्यातले पाणी निथळून जाते.
- बुंदी जर तेलकट असेल तर ती कोमट पाण्यात भिजवावी म्हणजे जास्तीचे तेल निघून जाते.
- दह्यात घातल्यावर बुंदी फुगते व थोड्या वेळाने रायता घट्ट होतो त्यामुळे रायत्याचे दही सैलसरच ठेवावे.
- दही सैल करताना त्यात शक्यतो दुधाचा वापर करावा. म्हणजे रायता पांचट लागत नाही.
- बुंदी तळलेल्या असल्यामुळे पौष्टिकता वाढविण्यासाठी रायत्यामध्ये मोडाचे मूग, काकडी वा गाजर असे पौष्टिक पदार्थ घालावेत.

बुंदी रायते (प्रकार १)

साहित्य

१ वाटी खारी बुंदी,
१ वाटी दही,
थोडे ताक, जिरेपूड,
लाल तिखट,
कोथिंबीर व चवीला मीठ

कृती

दही फेटून त्यात मीठ व बारीक चिरलेली कोथिंबीर घालावी. बुंदी पाच मिनिटे ताकात भिजवून घ्यावी व दह्यात मिसळावी. दही फार घट्ट वटत असेल तर त्यात बुंदी भिजवलेले ताक किंवा दूध घालून सैल करावे. वरून जिरेपूड व लाल तिखट भुरभुरावे.

बुंदी रायते (प्रकार २)

साहित्य

१ वाटी बुंदी,
१ कांदा बारीक चिरून,
१ वाटी दही,
थोडे ताक,
१ हिरवी मिरची,
अर्धा इंच आल्याचा तुकडा,
कोथिंबीर, चवीला मीठ,
२ कढिपत्ताची पाने,
फोडणीसाठी तेल,
हिंग, मोहरी व कढिपत्ता

कृती

तेलात कढिपत्ता, हिंग, मोहरी घालून फोडणी करावी. आले व मिरची वाटून घ्यावी. दही फेटून त्यात मीठ, साखर व वाटलेले आले मिरची घालून सारखे करावे. फोडणी गार झाल्यावर दह्यात मिसळावी. अशा तऱ्हेने तयार केलेल्या दह्यात आयत्यावेळी कांदा व भिजवलेली बुंदी मिसळावी.

बुंदी व मोडाच्या मुगाची कोशिंबीर

साहित्य

अर्धी वाटी खारी बुंदी,
अर्धी वाटी मोडाचे हिरवे मूग,
१ पांढरा कांदा,
अर्धा टोमॅटो, कोथिंबीर व
चवीला मीठ,
लाल तिखट

कृती

कांदा, टोमॅटो व कोथिंबीर बारीक चिरून घ्यावी. एका बाऊलमध्ये मोडाचे मूग, बुंदी, कांदा, टोमॅटो, मीठ व तिखट असे एकत्र कालवावे व वरून कोथिंबीर घालावी. हेच सर्व पदार्थ दह्यात कालवून कोशिंबीर करता येईल.

बुंदी व पालक रायते

साहित्य

अर्धी वाटी खारी बुंदी,
१ वाटी बारीक चिरलेला पालक,
१ वाटी दही,
२ पाकळ्या लसूण,
१ हिरवी मिरची वाटून,
चवीला मीठ

कृती

बुंदी थोडा वेळ पाण्यात भिजवून ठेवावी व नंतर गाळण्यावर टाकावी. पालक वाफवून घ्यावा. दही फेटून त्यात वाटलेला लसूण व हिरवी मिरची आणि मीठ घालावे. वाफवलेला पालक आणि बुंदी घालून एकसारखे करावे. रायता घट्ट झाल्यास थोडे दूध घालावे.

काकडी, राजमा व बुंदीचे सॅलड

साहित्य

१ काकडी,
अर्धी वाटी उकडलेला राजमा,
एक सिमला मिरची,
१ पांढरा कांदा,
१ वाटी खारी बुंदी,
कोथिंबीर, १ हिरवी मिरची बारीक कापून,
१ लहान चमचा लिंबाचा रस,
चिमूटभर जिरे पूड,
चवीला मीठ व साखर

कृती

काकडीचे साल काढून बारीक तुकडे करावेत. सिमला मिरचीतील बिया काढून ती बारीक चिरावी. कांदा बारीक चिरावा. एका भांड्यात काकडी, राजमा, सिमला मिरची, कांदा, हिरवी मिरची व कोथिंबीर असे एकत्र करावे. त्यात लिंबाचा रस, जिरेपूड, मीठ व साखर घालून कालवावे. आयत्यावेळी त्यात खारी बुंदी मिसळावी.भाज्यांच्या ओलसरपणामुळे बुंदी जराशी मऊ होते. त्यामुळे ती आधी भिजवायची गरज नाही.

• फळांच्या कोशिंबिरी व सॅलड

फळांच्या कोशिंबिरी किंवा सॅलड करताना त्यात अननस, केळी, सफरचंद, पेरू, स्ट्रॉबेरी, द्राक्षे, डाळिंब, पेअर, अशी फळे वापरली जातात. या कोशिंबिरी किंवा सॅलडमध्ये जर फळांच्या जोडीने वेगवेगळी हर्बज् (वनौषधी) आणि अक्रोड, बदाम, बेदाणे असा सुकामेवा घातला तर त्याला चांगली चव तर येतेच; पण त्यातील पोषणमूल्ये देखील वाढतात.

फळांच्या कोशिंबिरी करताना त्या शक्यतो दह्यातच केल्या जातात. याचे एक उदाहरण म्हणजे काश्मीरमधील सफरचंदाची कोशिंबीर. तिथे सफरचंदाचे लहान तुकडे, भरड कुटलेले अक्रोड व पुदिन्याची पाने दह्यात घालून कोशिंबीर करतात. आपल्याकडे देखील उपवासाच्या वेळी केळ्याची वा सफरचंदाची दह्यातली कोशिंबीर हमखास केली जाते.

पाश्चात्य व अरबी खाद्यसंस्कृतीमध्ये नुसत्या फळांची सॅलड तर करतातच, त्याखेरीज भाज्यांची सॅलड करताना देखील त्यात फळांचा भरपूर उपयोग केला जातो. फळांच्या सॅलडसाठी ड्रेसिंग बनवताना त्यात दालचिनी पूड, जिरेपूड, वेलदोड्याची पूड तसेच खसखशीचा वापर केला जातो.

फळांच्या दह्यातल्या कोशिंबिरी करताना...

- फळांच्या कोशिंबिरीसाठी दही तयार करताना ते फडक्यावर घालून त्यातील पाणी काढावे.
- फळे कापल्यावर त्याला रस सुटतो, ही बाब लक्षात ठेवावी.
- फळांच्या कोशिंबिरीत शक्यतो मिरची घालू नये.
- कोशिंबीर फार घट्ट वाटल्यास ती जरूरीप्रमाणे दूध घालून सैल करावी.
- कोथिंबीर / पुदिना दह्यात घालून किंवा सजावटीसाठी वापरावा.
- कोणत्याही फळांच्या कोशिंबिरीत डाळिंबाचे दाणे घातल्यास कोशिंबीर छान दिसते.
- अननसाचे रायते करताना अननसाच्या फोडींच्या दुप्पट दही घ्यावे.

जांभळाची कोशिंबीर

साहित्य

१०-१२ तयार जांभळे,
१ कप दही,
१ लहान चमचा चिरलेली कोथिंबीर,
चिमूटभर जिरेपूड,
चवीला मीठ

कृती

दह्यात कोथिंबीर, जिरेपूड व मीठ घालून फेटावे. जांभळातील बी काढून त्याचे तुकडे करावेत किंवा हाताने जरासे कुस्करून घ्यावे व तयार दह्यात मिसळावे.

ही कोशिंबीर मधुमेही व्यक्तींना खाण्यासाठी अगदी योग्य अशी आहे.

आंब्याचे रायते

साहित्य

१ तोतापुरी आंबा,
१ कप दही,
१ लहान चमचा चिरलेली कोथिंबीर,
चिमूटभर जिरेपूड,
चवीला मीठ

या रायत्यात शक्यतो तोतापुरी आंबा वापरला जातो. तोतापुरी आंबा जरासा कडक असतो आणि त्याचा स्वाद देखील वेगळा असतो. तो स्वाद दह्याबरोबर छान मिसळून जातो.

कृती

आंब्याचे लहान लहान चौकोनी तुकडे करावे. दह्यात कोथिंबीर, मीठ व जिरेपूड घालून फेटावे. आंब्याचे तुकडे तयार दह्यात मिसळावेत.

आंब्याची कोशिंबीर

साहित्य

१ तोतापुरी आंबा,
५-६ बेदाणे,
थोडे काजूचे तुकडे,
१ लहान चमचा चिरलेली कोथिंबीर,
चिमूटभर आमचूर,
चवीला मीठ,
लाल तिखट.

कृती

आंब्याचे लहान लहान चौकोनी तुकडे करावे. त्यात बेदाणे, काजूचे तुकडे, कोथिंबीर, मीठ, लाल तिखट व आमचूर घालून हलक्या हाताने एकत्र करावे. आंबा गोड असेल तरच त्यात आमचूर घालावे. आंब्याला किंचित आंबटपणा असल्यास आमचूर न घालता चवीला पिठीसाखर घालावी. याच पद्धतीने इतर फळांची देखील कोशिंबीर करता येईल.

संत्र आणि अक्रोडाचे रायते

साहित्य

१ संत्रे,
अर्धी वाटी अक्रोडाचे लहान तुकडे,
एक मोठा चमचा क्रीम,
दही,
चवीला मीठ व साखर,
४-५ पुदिन्याची पाने

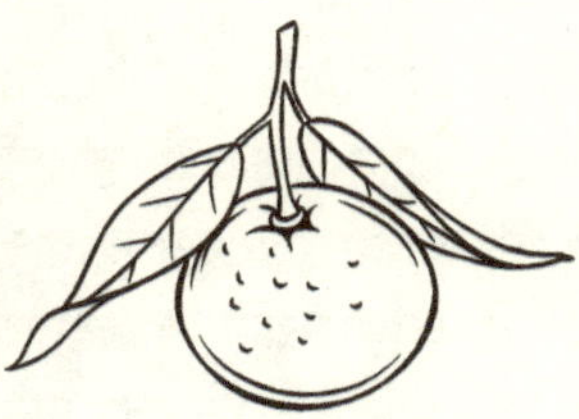

कृती

पुदिना बारीक चिरून घ्यावा. संत्र सोलून घ्यावे. एक वाटी संत्र्याच्या फोडी व दोन वाट्या गोड दही घ्यावे. दही फेटून त्यात मीठ, साखर, क्रीम व अक्रोडाचे तुकडे घालावे. संत्र्याच्या फोडींना रस सुटला असेल तर तो काढून टाकावा. आयत्यावेळी दह्यात संत्र्याच्या फोडी घालाव्या. वरून पुदिना घालावा. याच पद्धतीने अननसाच्या फोडींचे रायते करता येईल. त्यात अक्रोडाऐवजी बदामाचे काप व पुदिन्याऐवजी कोथिंबीर घालावी.

• फळांची सॅलड्स

खसखस लावलेले सफरचंद

साहित्य

१ सफरचंद,
१ लहान चमचा मध,
अर्ध्या लिंबाचा रस,
१ मोठा चमचा खसखस,
२ लहान चमचे कोणत्याही फळाचा जॅम

कृती

सफरचंदातील मधील बियांचा भाग काढून टाकून त्याच्या उभ्या पातळ फोडी कराव्या. खसखस किंचित भाजून घ्यावी. मध, लिंबाचा रस व भाजलेली खसखस एकत्र करून ते मिश्रण सफरचंदाच्या फोडींना सगळीकडे नीट लावून घ्यावे. जॅममध्ये थोडे पाणी घालून तो जरा पातळ करावा. एका बाऊलमध्ये सफरचंदाच्या फोडी ठेवून त्यावर जॅम ओतावा. फ्रीजमधे गार करून सॅलड सर्व्ह करावे. याच प्रकारे पपई, आंबा, पेअर, या फळांचे देखील सॅलड तयार करता येईल.

खरबुजाचे सॅलड

साहित्य

१ कप खरबुजाच्या फोडी,
१ कप अक्रोडाचे तुकडे,
२० काळ्या मनुका,
थोडी लेट्यूसची पाने,
१ मोठा चमचा मध,
चिमूटभर दालचिनी पूड,
चवीला मीठ

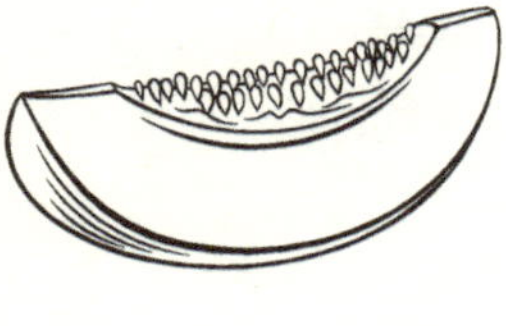

कृती

मनुका चार तास पाण्यात भिजवून कोरड्या कराव्यात. मधात मीठ, दालचिनी पूड, अक्रोड व मनुका घालाव्यात. त्यात हलक्या हाताने खरबुजाच्या फोडी मिसळाव्या. लेट्यूसची पाने हाताने तोडून एका बशीत पसरावी व त्यावर खरबुजाचे सॅलड घालावे. वरून पुदिन्याची पाने लावावी.

समर सॅलड

साहित्य

कलिंगडाचे १ कप चौकोनी तुकडे,
अननसाच्या दोन चकत्या,
१ मोठा चमचा डाळिंबाचे दाणे,
१ मोठा चमचा पाईन नटस,
थोडी पुदिन्याची पाने,
१ लहान चमचा तीळ,
१ मोठा चमचा लिंबाचा रस,
१ लहान चमचा पिठीसाखर,
मीठ,
चवीला मिरपूड

कृती

पाईन नटस व तीळ वेगवेगळे भाजून घ्यावे. थोडा पुदिना बारीक चिरून घ्यावा. लिंबाच्या रसात पिठीसाखर, चिरलेला पुदिना, मीठ व मिरपूड घालून ढवळावे. अननसाचे चौकोनी तुकडे करावेत. एका बाऊलमध्ये कलिंगड, अननस व डाळिंबाचे दाणे एकत्र करावेत. त्यात पाईन नटस घालावे. लिंबाचे ड्रेसिंग घालून हलक्या हाताने एकत्र करावे. तयार समर सॅलड तीन लहान बाऊलमध्ये घालावे. भाजलेले तीळ आणि पुदिन्याच्या पानांनी सजवून फ्रीजमध्ये गार करायला ठेवावे.

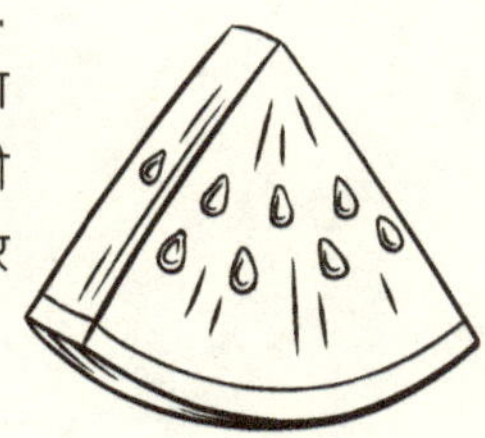

भाग ४

भाज्यांचे सॅलड

भाज्यांचे सॅलड

• लेट्यूस

कोणतेही सॅलड करायचे झाले की सर्वप्रथम आठवण येते ती लेट्युसची. जगभरात लेट्युसच्या जवळपास दहा ते बारा जाती विकसित झाल्या असून प्रत्येक जातीच्या लेट्युसच्या पानांचे आकार व रंग वेगवेगळे असतात. बहुतेक वेळा पानांचा रंग हिरवाच असतो; पण काही जातीमध्ये त्याची पाने काळपट लाल असतात. काही पाने कडक असतात तर काही पानांच्या कडा नागमोडी असतात. या पानांच्या चवी देखील थोड्याफार फरकाने वेगवेगळ्या असतात.

नेहमी वापरल्या जाणाऱ्या लेट्युसच्या चार जाती खालीलप्रमाणे आहेत :

▪ **बटरहेड** (Butterhead)

लेट्युसच्या या जातीमध्ये बॉस्टन आणि बिब्ज हे प्रकार आहेत. हे लेट्युस बहुतेक करून थंडीच्या आधी मिळते. ह्याची पाने गोलाकार असून सुटी केली असता एखाद्या वाडग्यासारखी दिसतात.

▪ **आईसबर्ग** (Iceberg)

आईसबर्ग लेट्यूसचा कोबीसारखा गड्डा असून त्याची पाने करकरीत व किंचित नागमोडी असतात. या लेट्युसच्या पानांत पाण्याचा अंश खूप असतो.

▪ **लूज लीफ** (Loose Leaf)

लूज लीफ जातीच्या लेट्युसच्या डेखावर एक एक पान लागलेले असते. ती पाने काहीशी मऊ असतात.

■ **रोमैन** (Romaine)

रोमैन लेट्युसचा गड्डा लांबट आकाराचा असतो. त्याची लांब पाने काळपट हिरव्या रंगाची असून त्यांची वरची बाजू नागमोडी आकाराची असते. या पानांची चव किंचित कडसर अशी असते.

पूर्वी आपल्याकडे लेट्युसला 'सॅलड' किंवा 'सॅलडची पाने' असे म्हटले जाई. ते सॅलड इतर पालेभाज्यांप्रमाणे नरम असे. ते बहुतेक लूज लीफ जातीचे लेट्युस असावे. अजूनही आपल्याकडे तसे नरम लेट्युस मिळते; पण त्या जोडीने आता आईसबर्ग व रोमैन जातीचे लेट्युस देखील मिळू लागले आहे.

कलिंगड, फेटा चीज व लेट्युस सॅलड

साहित्य

१ कप कुस्करलेले फेटा चीज,
कुरकुरीत लेट्युसची १० पाने,
अर्धा कप बदाम,
२ कप कलिंगडाचे तुकडे

ड्रेसिंगसाठी साहित्य:
१ कप सॅलड ऑईल,
२ मोठे चमचे साखर,
२ मोठे चमचे बाल्समिक व्हिनिगर,
१ लहान चमचा मस्टर्ड,
चवीला मीठ व मिरपूड

कृती

एका बाऊलमध्ये सॅलड ऑईल, साखर, बाल्समिक व्हिनिगर, मस्टर्ड, मीठ व मिरपूड घालून हलके होईपर्यंत फेटावे. भिजवलेल्या बदामाचे साल काढून काप करावे किंवा न भिजवता भरडसे कुटून घ्यावे. लेट्युसची पाने हाताने तोडून घ्यावीत. एका बाऊलमध्ये कलिंगडाच्या फोडी, लेट्युस, बदामाचे काप व फेटा चीज असे एकत्र करावे. त्यावर तयार ड्रेसिंग घालून काट्याने एकत्र करावे.

गोड चवीचे लालचुटुक कलिंगड, हिरवे लेट्युस, खाऱ्या चवीचे फेटा चीज, बदाम व त्यावर सॅलड ड्रेसिंग. नेहमीपेक्षा जरा वेगळे पदार्थ व जरा वेगळी चव असलेले हे सॅलड बार्बेक्यू पार्टीसाठी अगदी योग्य आहे.

पनीर, स्वीट कॉर्न व लेट्युसचे सॅलड

साहित्य

१ कप पनीरचे तुकडे,
१ कप स्वीट कॉर्न,
आईसबर्ग लेट्युसचा मध्यम आकाराचा गड्डा,
१ मध्यम आकाराचा टोमॅटो,
२ मोठे चमचे लिंबाचा रस,
२ लसूण पाकळ्या ठेचून,
१ लहान चमचा चिली फ्लेक्स, मीठ व साखर चवीला

कृती

लेट्युस निवडून त्याचे हाताने मोठे मोठे तुकडे करावेत. टोमॅटोच्या फोडी कराव्यात. लिंबाच्या रसात लसूण, चिली फ्लेक्स व मीठ घालून कालवावे. पनीरचे तुकडे आणि स्वीटकॉर्न लिंबाच्या रसात थोडा वेळ मुरत ठेवावे. त्यानंतर चमच्याने निथळून वेगळ्या बाऊलमध्ये काढावे. खाली राहिलेला लिंबाचा रस लेट्युसवर घालावा. वाढताना हलक्या हाताने पनीर व स्वीट कॉर्नमध्ये लेट्युस व टोमॅटोच्या फोडी मिसळाव्यात.

याच पद्धतीने मोडाचे मूग, टोमॅटो व लेट्युसचे सॅलड करता येईल.

सॅलड व टोमॅटोची पचडी

साहित्य

१ जुडी सॅलड,
१ मध्यम टोमॅटो,
१ हिरवी मिरची,
थोडी कोथिंबीर,
१ लहान चमचा दाण्याचे कूट,
१ लहान चमचा खवलेले खोबरे
चवीला मीठ आणि साखर

कृती

सॅलडची पाने निवडून बारीक चिरावी. टोमॅटो बिया काढून बारीक चिरावा. मिरची व कोथिंबीर बारीक चिरावी. एका वाडग्यात चिरलेल्या भाज्या घालून त्यात मिरची, कोथिंबीर , खोबरे, दाण्याचे कूट, मीठ व साखर घालून एकत्र करावे.

• लेट्युस रॅप - भारतीय पद्धतीचे

लेट्युस रॅप या पदार्थाचा उगम चीनमधील मानला जातो. आज हा पदार्थ बहुतेक सर्व आशियाई देशात तसेच युरोप व अमेरिकेत खूप लोकप्रिय झाला आहे. प्रत्येक देशात त्यात घालावयाचे पदार्थ वेगळे असतात.

भारतीय पदार्थ वापरून लेट्युस रॅप करण्यासाठी -

साहित्य

आईसबर्ग लेट्युसचा मोठा गड्डा,
अर्धा कप मोडाचे मूग,
अर्धा कप कुस्करलेले पनीर,
अर्धा कप किसलेला कॉलीफ्लॉवर,
१ कांदा,
१ टोमॅटो, हिरवी मिरची,
चवीला मीठ, लिंबाचा रस
१ मोठा चमचा पुदिन्याची चटणी, टुथपिक्स.

कृती

लेट्युसची पाने सुटी करून घ्यावी. सुटी केली असता ती एखद्या वाडग्याप्रमाणे दिसतात. कांदा व टोमॅटो बारीक चिरावा, एका भांड्यात मूग, पनीर, कॉलीफ्लॉवर, कांदा टोमॅटो, मीठ व लिंबाचा रस एकत्र करावेत. लेट्युसच्या पानांना पुदिन्याची चटणी लावावी व त्यात तयार कोशिंबीर घालून पान चारी बाजूंनी दुमडून बंद करावे. ते सुटू नये यासाठी वरून टुथपिक लावावी. अशा तऱ्हेने कोशिंबीर घालून लेट्युसची इतर पाने भरावीत व फ्रीजमध्ये गार करायला ठेवावीत. कोशिंबिरीत कच्चा कॉलीफ्लॉवर आवडत नसेल तर तो किंचित वाफवून घ्यावा.

कोशिंबीर व सॅलड व्यतिरिक्त लेट्युसचा वापर खालील गोष्टींसाठी करतात. वेगवेगळ्या पदार्थांच्या सजावटीसाठीही करतात.

- क्लिअर सूपमध्ये (बारीक चिरलेले लेट्युस)
- भाज्यांची स्मूदी बनवताना
- रॅप करताना वेगवेगळी सारणे किंवा सॅलड गुंडाळण्यासाठी (लेट्युसच्या पानासकट खाल्ले जाते.)
- फलाफल, कबाब, कटलेट, पॅटीस सर्व्ह करण्यासाठी
- सँडविच व बर्गरमध्ये वापरण्यासाठी (लेट्युसचे संपूर्ण पान किंवा.बारीक चिरलेले लेट्युस)

• काकडी, टोमॅटो व कांदा

जगातील बहुतेक सर्व देशांत सॅलड वा कोशिंबिरी करताना काकडी, टोमॅटो व कांदा या तीन भाज्यांचा भरपूर वापर केलेला असतो. वेगवेगळ्या देशांत केल्या जाणाऱ्या याच तीन भाज्यांच्या कोशिंबिरी वा सॅलड त्यात घातलेल्या इतर पदार्थांमुळे वेगवेगळ्या चवींची होतात. या भाज्या कशा प्रकारे कापल्या जातात, त्यावरून त्या कोशिंबिरीचे वा सॅलडचे रंगरूप ठरते. सर्व कोशिंबिरी व सॅलडमधील पदार्थांना एकत्र बांधून ठेवण्याचे व त्यांना चव आणि स्वाद देण्याचे काम सॅलड ड्रेसिंग व त्यात घातलेले इतर पदार्थ करतात.

आपल्याकडे काकडी, टोमॅटो आणि कांदा ह्या भाज्यांच्या अनेक प्रकारे कोशिंबिरी करतात. त्याच भाज्या वापरून इतर देशांत सॅलड कशी बनवली जातात, ते बघूया.

इटालियन सॅलड

इटालियन सॅलडला त्यात घातलेल्या मिक्स्ड हर्बज् व किसलेल्या चीजमुळे वेगळी चव मिळते. इटालियन हर्बज् मिक्स म्हणजे वाळवलेली ओरेगानो, थाईम, सेज, बेसिल रोजमेरी या हर्बज्ची पूड.

साहित्य

५ चेरी टोमॅटो,
१ हिरव्या सालीची काकडी,
१ पांढरा कांदा,
१ मोठा चमचा किसलेले चीज किंवा चीज पावडर,
४-५ बेसिलची पाने,
१ मोठा चमचा इटालियन हर्बज् मिक्स,
१ मोठा चमचा ऑलिव्ह ऑईल,
१ लहान चमचा व्हिनिगर,
चवीला मीठ आणि मिरपूड

कृती

साल न काढता काकडीच्या चकत्या कराव्यात. चेरी टोमॅटो अर्धे कापून घ्यावेत. कांद्याच्या चकत्या करून त्या मोकळ्या करून घ्याव्या. ऑलिव्ह ऑईलमध्ये व्हिनिगर, इटालियन हर्बज्, मीठ व मिरपूड घालून फेटावे. एका बाऊलमध्ये कापलेल्या भाज्या घालाव्यात. त्यावर तयार ड्रेसिंग, चीज व बेसिलची पाने घालून हलक्या हाताने एकत्र करावे.

मिडल इस्टर्न सॅलड

साहित्य

२ कप लेट्युसची पाने,
अर्धा कप पार्सले,
१ टोमॅटो,
१ काकडी,
१ कांदा,
३ लाल मुळे,
अर्धा कप उकडलेले छोले,
अर्धा कप बेदाणे,
१ लहान चमचा पुदिन्याची पूड,
१ लहान चमचा झातर,
३ मोठे चमचे ऑलिव्ह ऑईल,
१ मोठा चमचा लिंबाचा रस,
चिमूटभर चिली फ्लेक्स,
चवीला मीठ

कृती

लेट्युसची पाने हाताने तोडून घ्यावीत, टोमॅटोचे मोठे चौकोनी तुकडे करावेत. कांदा उभा कापून मोकळा करून घ्यावा. काकडी व लाल मुळ्याच्या साल न काढता चकत्या कराव्यात. पार्सले बारीक चिरून घ्यावी. एका बाऊलमध्ये टोमॅटो, कांदा, काकडी, मुळा, छोले व पार्सले एकत्र करावे.

दुसऱ्या बाऊलमध्ये पुदिन्याची पूड, झातर, ऑलिव्ह ऑईल, लिंबाचा रस, चिली फ्लेक्स व मीठ घालून ड्रेसिंग तयार करावे.

थोडे ड्रेसिंग लेट्युसला लावावे व ते लेट्युस बशीच्या तळाशी पसरावे. उरलेले ड्रेसिंग भाज्यांवर घालून कालवावे व तयार सॅलड लेट्युसच्या पानांवर घालावे. वरून बेदाणे घालावे व थोडे झातर भुरभुरावे.

आफ्रिकी कचुंबरी

कचुंबरी हे नाव स्वाहिली भाषेतील आहे. केनिया, टांझानिया, युगांडा या देशांत काकडी, टोमॅटो व कांद्याचे सॅलड हे कचुंबरी नावाने ओळखले जाते. या कचुंबरीला वेगळी चव मिळते ती त्यात घातलेल्या लसूण पावडरमुळे. काही वेळा त्यात ॲव्होकाडो घातले जाते.

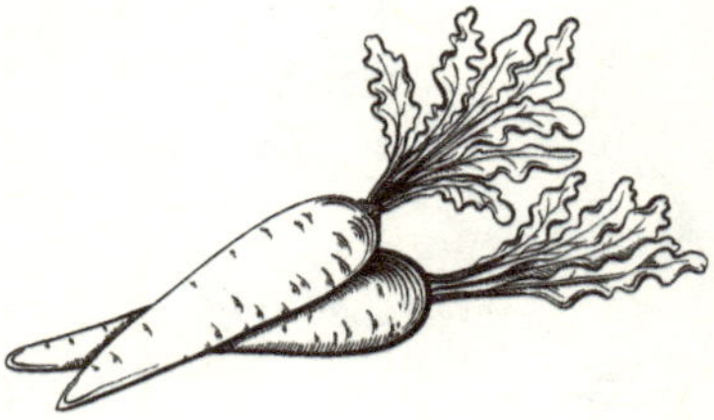

साहित्य

१ मोठा कांदा,
२ मोठे टोमॅटो,
२ काकड्या,
१ गाजर,
एक लहान चमचा कोथिंबीर

ड्रेसिंगसाठी :
२ मोठे चमचे ऑलिव्ह ऑईल,
१ मोठा चमचा मध,
एक लहान चमचा लिंबाचा रस, २ लहान चमचे लसूण पावडर, मीठ व मीरपूड चवीला. लसूण पावडर ऐवजी वाटलेला ताजा लसूण वापरला तरी चालतो.

कृती

कांदा, काकडी व टोमॅटोचे जाड तुकडे करून वेगवेगळे ठेवावे. एका बाऊलमध्ये ऑलिव्ह ऑईल, मध, लिंबाचा रस, लसूण पावडर, मीठ व मिरपूड असे एकत्र करून काट्याने फेटावे. कापलेल्या भाज्यांना सुटलेले पाणी पिळून टाकावे व बाऊलमधील ड्रेसिंगमध्ये घालून कालवावे.

शिराझी सॅलड

हे इराणमधील पारंपरिक सॅलड असून ते पर्शियन पुलाव, बिर्याणी किंवा जेवणातील मटणाच्या मुख्य पदार्थाबरोबर खाल्ले जाते. या सॅलडचा उगम इराणमधील 'शिराझ' या गावी झाला, म्हणून त्याला 'शिराझी सॅलड' असे नाव पडले.

या सॅलडमध्ये फिक्या हिरव्या रंगाच्या व खूप बिया असलेल्या पर्शियन काकड्या वापरल्या जातात. सॅलडमध्ये इतर भाज्यांपेक्षा काकडीचे प्रमाण जास्त असते.

पारंपारिक पद्धतीने शिराझी सॅलड करताना त्यातल्या भाज्या कापणे हा एक महत्वाचा भाग असतो. मूळ सॅलडमध्ये कांदा अगदी बारीक चिरला जातो. त्याच्यापेक्षा थोडे मोठे काकडीचे तुकडे व काकडीपेक्षा थोडे मोठे टोमॅटोचे तुकडे केले जातात. पारंपारिक पद्धतीने शिराझी सॅलड बनवताना आजही अशाच तऱ्हेने भाज्या चिरतात. या सॅलडचा दुसरा विशेष म्हणजे त्यात ताज्या पुदिन्याऐवजी पुदिना पूड वापरली जाते.

साहित्य

५ पर्शियन काकड्या,
१ कांदा,
२ टोमॅटो,
१ मोठा चमचा पुदिना पूड,
१ लहान चमचा लिंबाचा रस,
चवीला मीठ ,
१ मोठा चमचा ऑलिव्ह ऑईल

कृती

कांदा बारीक चिरून घ्यावा. काकडीच्या व टोमॅटोच्या बिया काढून त्यांचे चौकोनी तुकडे करावेत. काकडीचे साल काढू नये. एक वाडग्यात चिरलेल्या भाज्या एकत्र कराव्यात. त्यात पुदिना पूड, लिंबाचा रस, मीठ व ऑलिव्ह ऑईल घालून कालवावे.

मलेशियन क्युकंबर सॅलड

काकडी, टोमॅटो व कांदा वापरून केलेल्या या मलेशियन क्युकंबर सॅलडमध्ये घातलेले ड्रेसिंग अगदी वेगळ्या प्रकारचे असते. सोया सॉस, तिळाचे तेल व राईस व्हिनिगर हे त्यात वापरलेले वेगळे पदार्थ आहेत. सॅलड सजवण्यासाठी तिळाचा वापर केला जातो.

साहित्य

३ काकड्या,
१ पांढरा कांदा,
१ टोमॅटो,
तीळ व भाजून सोललेले शेंगदाणे प्रत्येकी १ मोठा चमचा

ड्रेसिंगसाठी :
डार्क सोया सॉस, राईस व्हिनिगर व तिळाचे तेल प्रत्येकी एक छोटा चमचा,
दोन लसूण पाकळ्या,
चवीनुसार मीठ,चिली फ्लेक्स

कृती

काकड्या उभ्या कापून त्याच्या अर्धगोलाकार चकत्या कराव्यात. कांदा बारीक चिरावा, टोमॅटोच्या बिया काढून चौकोनी तुकडे करावेत. तीळ जरासे भाजून घ्यावेत. लसूण पाकळ्या ठेचून घ्याव्यात. एका बाऊलमध्ये सोया सॉस, राईस व्हिनिगर, तिळाचे तेल, लसूण, चिली फ्लेक्स व मीठ फेटावे. त्यात भाज्या व शेंगदाणे घालून एकत्र करावे. वाढताना वरून तीळ घालावे.

• लाल आणि पांढरा मुळा

मुळा या कंदमुळाचा उगम आग्नेय आशियातील असला तरी ही कंदभाजी जगभर खाल्ली जाते. मुळा करकरीत असून तो जास्त करून कच्चाच खातात. त्याचा उपयोग कोशिंबिरीत व सॅलडमध्ये केला जातो. मुळ्याच्या अनेक जाती विकसित झाल्या असून त्यामध्ये लाल, जांभळा, काळसर असे रंग असतात. महाराष्ट्रात गोलाकार लाल मुळा व लांबट आकाराचा पांढरा मुळा मोठ्या प्रमाणावर आढळतो. या मुळ्यांची चव किंचित उग्र असते. याबरोबरच हल्ली बाजारात कोरियन पांढरे मुळे मिळायला लागले आहेत. ते चांगले जाडजूड व लांब असून करकरीत व गोडसर चवीचे असतात. एका कोरियन मुळ्याचे वजन साधारणपणे अर्धा किलोच्या आसपास असते.

अनेक लोकांना मुळ्याचा उग्रपणा आवडत नाही. अशावेळी मुळा किसून तो घट्ट पिळावा व त्यातले पाणी काढून टाकावे किंवा मुळा किसून थोडावेळ मिठाच्या पाण्यात ठेवावा व नंतर गाळण्यावर टाकून कोशिंबिरीसाठी वापरावा. ह्यामुळे मुळ्याचा उग्रपणा जातो; पण रस पिळून टाकल्यामुळे त्यातील पोषणमूल्ये मात्र कमी होतात. मुळ्याचा उग्रपणा कमी करण्यासाठी कोशिंबिरीत मुळ्याच्या जोडीने गाजर, बीटरूट किंवा भिजवलेली मुगाची डाळ घालावी तर सॅलड करताना त्यात चीज, मनुका, बेदाणे असे पदार्थ घालावेत.

मुळा व मुगाच्या डाळीची कोशिंबीर

साहित्य

१ मोठा पांढरा मुळा,
२ मोठे चमचे मुगाची डाळ,
१ वाटी दही,
चवीला मीठ व साखर .
फोडणीसाठी तेल, हिंग,
मोहरी,
१ लाल मिरची व कढिपत्ता

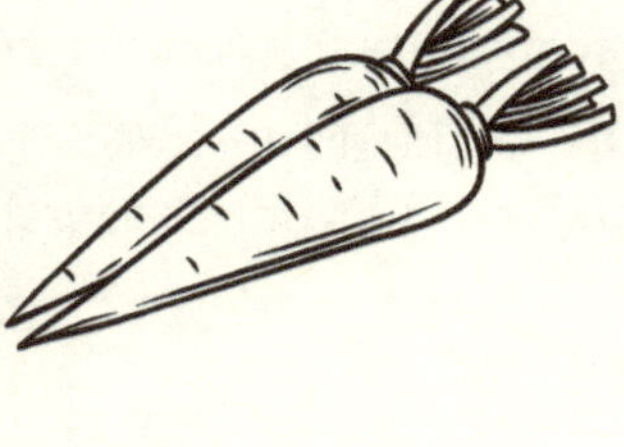

कृती

मुगाची डाळ भिजत घालावी व मुळा किसून घ्यावा. डाळ व मुळ्यातले पाणी काढून कोरडे करून घ्यावे. दही फेटून त्यात मीठ व साखर घालावी. लाल मिरची व कढिपत्ता घालून हिंग मोहरीची फोडणी करावी व ती दह्यात घालावी. तयार दह्यात किसलेला मुळा व डाळ घालून कालवावे.

मुळा व गाजराची कोशिंबीर

साहित्य

२ मध्यम आकाराचे पांढरे मुळे,
१ गाजर,
१ मोठा चमचा बारीक चिरलेली कोथिंबीर,
१ मोठा चमचा दाण्याचे कूट,
१ हिरवी मिरची,
लिंबाचा रस, चवीला मीठ व साखर, फोडणीसाठी तेल, हिंग व मोहरी

कृती

गाजर व मुळे जाड किसणीवर किसून घ्यावेत. थोड्या तेलात हिंग व मोहरीची फोडणी करून त्यात हिरव्या मिरच्यांचे तुकडे घालावेत. किसलेले मुळे, गाजर, कोथिंबीर, दाण्याचे कूट, लिंबाचा रस, मीठ व साखर एकत्र करावे व त्यात गार झालेली फोडणी घालून कालवावे.

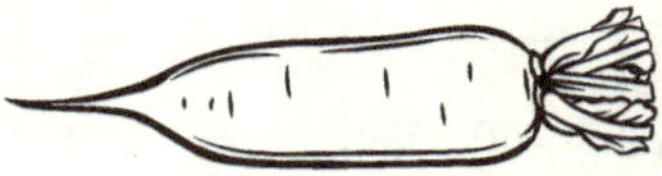

* मुळ्याची पचडी

साहित्य

२ मध्यम आकाराचे पांढरे मुळे,
२ मोठे चमचे मुळ्याचा कोवळा पाला बारीक चिरून,
१ मोठा चमचा हरभऱ्याची डाळ,
१ मोठा चमचा खवलेले खोबरे, चवीसाठी लिंबाचा रस, मीठ व साखर

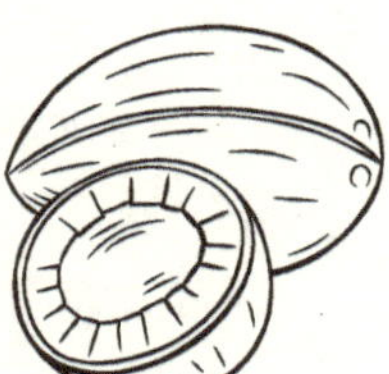

कृती

मुळ्याचे साल काढून जाड किसणीवर किसून घ्यावे. हरभऱ्याची डाळ तासभर भिजत घालून त्यातले पाणी काढून टाकावे. डाळ कोरडी झाल्यावर जराशी कुटून घ्यावी. किसलेला मुळा पिळून टाकावा. एका वाडग्यात पाणी काढलेला मुळ्याचा कीस, कुटलेली हरभऱ्याची डाळ, खोबरे व मुळ्याचा पाला एकत्र करावा. त्यात लिंबाचा रस, मीठ व साखर घालून पचडी कालवावी. मुळा व त्याचा पाला ह्या दोन्हीत जरासा तिखटपणा असल्यामुळे पचडीत मिरची घालण्याची जरुरी नाही.

लाल मुळ्याच्या चकत्यांचे सॅलड

साहित्य

५ लाल मुळे,
अर्धा कप फेटा चीज,
१ लहान चमचा भाजलेले तीळ,
१ लिंबाचा रस,
मूठभर मनुका,
१ लेट्युसची पाने.
१ मोठा चमचा ऑलिव्हचे तेल,
१ लहान चमचा व्हिनिगर,
चवीला मीठ व मिरपूड

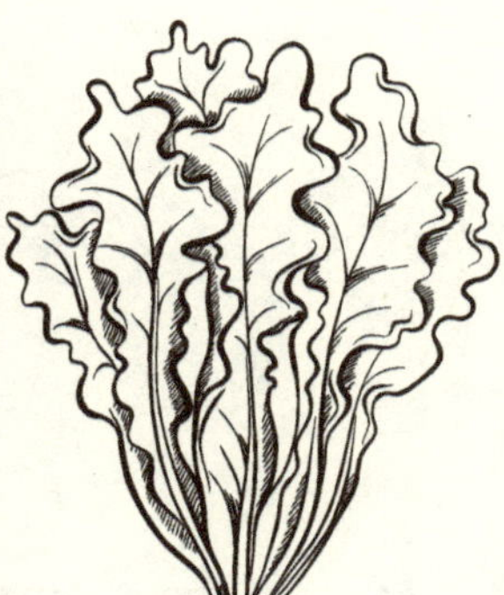

कृती

लाल मुळ्याचे देठ व मूळ काढून त्याच्या सालासकट पातळ चकत्या करून घ्याव्या. लेट्युसची पाने हाताने तोडून घ्यावी. मनुका थोडा वेळ पाण्यात भिजवून ठेवाव्या. तीळ किंचित गरम करून घ्यावे.

ड्रेसिंग : ऑलिव्ह ऑईलमध्ये व्हिनिगर, मीठ, मिरपूड व तीळ घालून काट्याने फेटावे. एका बाऊलमध्ये मुळ्याच्या चकत्या, फेटा चीज, मनुका आणि लेट्युस एकत्र करावे. त्यावर ड्रेसिंग घालून हलक्या हाताने सॅलड एकत्र करावे. हे सॅलड शक्यतो गार करून खावे.

लाल कडा व पांढरा गर असलेल्या लाल मुळ्याच्या चकत्या, हिरवीगार लेट्युसची पाने व काळ्या मनुका घातलेले हे सॅलड दिसते छान. फेटा चीजमुळे मुळ्याचा उग्रपणा कमी होउन सॅलडला चांगली चव येते.

मुळा व झुकिनीचे सॅलड

साहित्य

२ लाल मुळे,
अर्धा पांढरा मुळा,
१ गडद हिरव्या सालीची झुकिनी,
अर्धा कप किसलेले चीज, २ मोठे चमचे पार्सले,
चवीला मीठ.

ड्रेसिंगसाठी :
१ मोठा चमचा ऑलिव्ह ऑईल, १ मोठा चमचा संत्र्याचा रस,
चवीला मीठ व साखर

कृती

लाल मुळ्याच्या सालासकट चकत्या करून घ्याव्या. पांढऱ्या मुळ्याचे साल काढून त्याच्या चकत्या कराव्या, झुकिनीच्या साल न काढता चकत्या कराव्या. पार्सले बारीक चिरून घ्यावी. एका बाऊलमध्ये सर्व भाज्या व पार्सले असे एकत्र करावे. ऑलिव्ह ऑईलमध्ये संत्र्याचा रस, किसलेले चीज, मीठ व साखर घालून फेटावे. तयार ड्रेसिंग भाज्यांवर घालून ते सगळ्या चकत्यांना नीट लागेल असे एकत्र करावे.

• स्वीट कॉर्न (मका)

मक्याचे दाणे वापरून अनेक प्रकारच्या कोशिंबिरी व सॅलड करता येतात. त्यासाठी

- कोशिंबीर किंवा सॅलड करताना प्रथम मका उकडून/ वाफवून घ्यावा.
- कोशिंबीर चांगली मिळून येण्यासाठी मका घालताना तो किंचित ठेचून घ्यावा.
- मक्याच्या कोशिंबिरीत आयत्यावेळी शेव मिसळल्यास कोशिंबिरीला वेगळीच चव मिळेल.

कॉर्न आणि गाजराची कोशिंबीर

साहित्य

१ कप उकडलेले स्वीटकॉर्न,
२ मध्यम आकाराची गाजरे,
१ मोठा चमचा खवलेले खोबरे,
एक मोठा चमचा दाण्याचे कूट,
१ मोठा चमचा कोथिंबीर,
१ हिरवी मिरची, मीठ,
साखर, लिंबाचा रस चवीसाठी

कृती

गाजरे किसून किंचित वाफवून घ्यावी. कोथिंबीर व मिरची बारीक चिरून घ्यावी. मका जरासा ठेचून घ्यावा. गाजर, कॉर्न, खोबरे, दाण्याचे कूट, कोथिंबीर, मिरची, मीठ साखर व लिंबाचा रस असे सर्व पदार्थ एकत्र करून कालवावे.

भरल्या काकड्या

साहित्य

३ काकड्या,
१ कांदा,
१ टोमॅटो,
१ कप उकडलेले मक्याचे दाणे,
अर्धा कप उकडलेले मटार,
कोथिंबीर,
१ हिरवी मिरची,
१ मोठा चमचा किसलेले चीज,
लिंबाचा रस, मीठ,
साखर चवीला

कृती

काकड्यांचे साधारणपणे २ इंच लांबीचे तुकडे करून घ्यावे. ते मधोमध चिरून आतल्या बिया व थोडा गर काढून टाकावा. बोटीसारख्या दिसणाऱ्या या काकडीच्या तुकड्यांना मीठ लावून ठेवावे. कांदा व कोथिंबीर बारीक चिरून घ्यावी. मटार आणि मका जरासे ठेचून घ्यावे. टोमॅटोच्या चकत्या कराव्यात. कांदा, स्वीट कॉर्न, मटार, कोथिंबीर, मिरची, चीज, लिंबाचा रस, मीठ व साखर असे एकत्र करून कालवावे. काकडीच्या बोटींना पाणी सुटले असेल तर त्या निथळून घ्याव्या व त्याच्यात कॉर्नचे सारण दाबून बसवावे. तयार बोटी एका बशीत मांडून बाजूनी टोमॅटोच्या चकत्या लावाव्या.

कॉर्न पालक पचडी

साहित्य

१ कप उकडलेल्या मक्याचे दाणे,
१ कप खवलेले खोबरे,
१ कप बारीक चिरलेली पालकची कोवळी पाने,
मीठ, साखर व लिंबाचा रस चवीसाठी,
फोडणीसाठी अर्धा चमचा तेल, १ लाल मिरची, कढिपत्ता, हिंग व मोहरी

कृती

मक्याचे दाणे ठेचून घ्यावे. एका बाऊलमध्ये मका, खोबरे, पालक, मीठ व लिंबाचा रस एकत्र करावे. कढल्यात लाल मिरची व कढिपत्ता घालून फोडणी करावी व कॉर्न पालक पचडीवर घालावी.

मेक्सिकन चिकन अँड कॉर्न सॅलड

साहित्य

१ कप उकडलेले स्वीट कॉर्न,
१ कप उकडलेले चिकनचे बोनलेस तुकडे,
१ टोमॅटो, अर्धा कप उकडलेला राजमा,
१ कप कापलेली लेट्युसची पाने, अर्धा कप चीजचे लहान तुकडे,

ड्रेसिंग :
अर्धा कप ऑलिव्ह ऑईल,
१ मोठा चमचा लिंबाचा रस,
१ लहान चमचा पाप्रिका पावडर व चवीसाठी मीठ (हे सर्व पदार्थ एकत्र करून फेटावे.)

कृती

टोमॅटोचे उभे सहा तुकडे करून त्यातल्या बिया काढून टाकाव्या. एका बाऊलमध्ये स्वीट कॉर्न, टोमॅटो, राजमा, लेट्युसची पाने, चिकनचे बोनलेस तुकडे, चीज घालावे. व त्याच्यात तयार ड्रेसिंग मिसळावे.

साहित्य

१ कप उकडलेले स्वीट कॉर्न,
१ पांढरा कांदा ,
१ उकडलेला बटाटा,
१ भोपळी मिरची,
१ कप मेयॉनीज,
चवीला मीठ

कॉर्न व बटाटा सॅलड

कृती

कांदा व भोपळी मिरची बारीक चिरून घ्यावी. बटाट्याच्या लहान लहान चौकोनी फोडी कराव्या एका बाऊलमध्ये कॉर्न, कांदा, बटाटा, भोपळी मिरची व मीठ घालून एकत्र करावे. त्यात मेयॉनीज घालून कालवावे. हे सॅलड करायला अगदी सोपे असून आधी तयार करून फ्रीजमध्ये ठेवता येते.

• वांगी (Eggplant, Aubergine)

वांग ही भाजी अशी आहे की ती जगभरात सर्वत्र मिळते. मुख्य म्हणज विविध प्रकारची वांगी सगळीकडे वर्षभर उपलब्ध असतात. बहुतेक वांगी ही गडद जांभळ्या रंगाची असतात; पण काही काळी, हिरवी अथवा पांढरी अशी असतात. त्यांचे आकार देखील वेगवेगळे असतात. आपल्याकडे मुख्यत: भरताची मोठी वांगी आणि भाजीसाठी लहान काटेरी वांगी वापरली जातात. वांग्याची चव सगळ्यांनाच आवडते असे नाही; पण त्याचा मंद असा वास आणि लुसलशीत गर फारच चविष्ट असतो.

प्रत्येक देशात तिथे मिळणाऱ्या वांग्याच्या प्रकारानुसार आणि त्या देशाच्या खाद्यसंस्कृतीनुसार वांग्याचे निरनिराळे पदार्थ बनवले जातात. पाश्चात्य देशांपेक्षा आखाती व भारतीय उपखंडातील देशात वांग जास्त प्रमाणात खाल्ले जाते. वांग्याचे सॅलड हा एक बहुतेक सर्वांचा आवडता पदार्थ आहे. आपल्याकडचे वांग्याचे सॅलड म्हणजे बैगन भरता किंवा वांग्याचे भरीत. हे भरीत किंवा भरता वेगवेगळ्या प्रांतात वेगवेगळ्या पद्धतीने केला जातो.

वांग्याचे भरीत हा मराठी खाद्यसंस्कृतीमधला एक महत्वाचा पदार्थ मानला जातो. त्यासाठी बाजारात आकाराने नेहमीपेक्षा मोठी अशी खास वांगी मिळतात व ती 'भरताची वांगी' म्हणूनच ओळखली जातात. वांग्याचे भरीत जरी संपूर्ण महाराष्ट्रात केले जात असले तरी खानदेश व परिसरातील वांग्याचे भरीत प्रसिद्ध आहे. त्या भागात पिकणारी हिरव्या सालीची मोठी वांगी भरतासाठी वापरली जातात. तिथे ही वांगी गॅसवर, तुरकाट्यांवर किंवा गोवऱ्यांवर भाजली जातात. असे म्हणतात की खानदेशी

माणूस भरीत खाताना त्यात वापरलेले वांगे ह्यापैकी कोणत्या पद्धतीने भाजले आहे हे ओळखू शकतो.

- मराठी भरीत करण्यासाठी शक्यतो काळपट जांभळ्या रंगाचे मोठे वांगे घ्यावे.
- खानदेशी पद्धतीचे भरीत करण्यासाठी हिरव्या सालीचे मोठे वांगे घ्यावे.
- भरताचे वांगे भाजताना त्याला थोडीशी चीर पाडून तेल लावावे.
- काही ठिकाणी वांगे भाजताना त्याला चीर पाडून त्यात लसूण व हिरवी मिरची ठेवली जाते.
- कोळशावर किंवा चुलीत भाजलेल्या वांग्याला छान चव मिळते.

खानदेशी वांग्याचे भरीत

साहित्य

२ हिरव्या सालीची मोठी वांगी,
८ हिरव्या मिरच्या,
८ पाकळ्या लसूण,
१ मोठा चमचा चिरलेली लसणीची किंवा कांद्याची पात,
१ मोठा चमचा खोबऱ्याचे काप,
मूठभर शेंगदाणे,
चवीसाठी मीठ, फोडणीसाठी २ मोठे चमचे तेल, हिंग, जिरे, मोहरी व हळद

कृती

वांगी भाजून घ्यावी. गार झाल्यावर सोलून त्यातला गर कुस्करुन घ्यावा. कढईत तेल घालून त्यात शेंगदाणे तळून घ्यावे. त्याच तेलात खोबऱ्याचे काप, मिरच्या, लसूण व पात परतून घ्यावी. परतलेले पदार्थ मीठ घालून जाडसर कुटून घ्यावे. उरलेल्या तेलात हिंग, जिरे, मोहरी व हळद घालून फोडणी करावी व त्यात कुटलेले खोबरे, लसूण, मिरची व कुस्करलेली वांगी घालून परतावे. झाकण लावून एक वाफ द्यावी. वाढताना तळलेले शेंगदाणे व कोथिंबीर घालून एकत्र करावे.

भरपूर तेलात केलेले हे खानदेशी वांग्याचे भरीत चांगले झणझणीत असून त्याचा वेगळेपणा म्हणजे त्यात परतून कुटलेले खोबरे, हिरव्या मिरच्या, लसूण व लसणीची पात तसेच तळलेले शेंगदाणे घातले जातात.

साहित्य

२ भरताची काळी वांगी,
१ कांदा,
१ टोमॅटो,
२ लहान चमचे कांदा लसूण मसाला,
१ मोठा चमचा किसलेले सुके खोबरे,
१ लहान चमचा धनेजिरे पूड,
६ लसूण पाकळ्या,
१ मोठा चमचा तेल,
फोडणीसाठी हिंग, हळद, मोहरी व कढिपत्ता,
चवीसाठी मीठ व वरून घालण्यासाठी कोथिंबीर

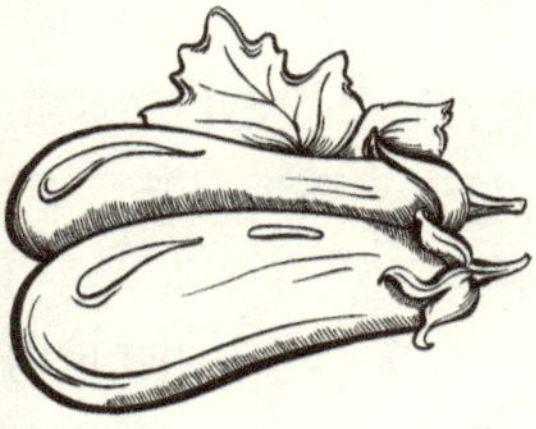

गावरान पद्धतीचे वांग्याचे भरीत

आपल्याकडे शेतावरच्या चुलीत वांगी भाजून त्याचे भरीत केले जाते. त्यात किसलेले सुके खोबरे आणि झणझणीत चवीचा कोल्हापुरी कांदा लसूण मसाला हे दोन वेगळे पदार्थ घातलेले असतात. भरपूर तेलात केलेल्या ह्या भरतात कांदा मसाला असल्यामुळे वेगळ्या मिरच्या घालायची गरज पडत नाही.

कोथिंबीर घालून सजवलेले हे चमचमीत भरीत खावे तर ते शेतावरच.

कृती

वांगी भाजून घ्यावी. गार झाल्यावर सोलून त्यातला गर कुस्करून घ्यावा. कांदा व टोमॅटो बारीक चिरून घ्यावा. कढईत थोडे तेल घालून त्यात खोबरे व लसूण परतून घ्यावे. परतलेले खोबरे व लसूण बारीक वाटून घ्यावे. उरलेल्या तेलात कढिपत्ता, हिंग, जिरे, मोहरी व हळद घालून फोडणी करावी व त्यात खोबरे व लसणाचे वाटण, कांदा व टोमॅटो घालून जरा परतावे. झाकण लाउन एक वाफ द्यावी. कांदा टोमॅटो शिजल्यावर त्यात धनेजिरे पूड , कांदा लसूण मसाला, मीठ व कुस्करलेली वांगी घालून परतावे. वाढताना कोथिंबीर घालून एकत्र करावे.

पंजाबी कढई भरता

कढई भरता हा पंजाबमधील शेतकऱ्यांचा शेतावर बनवायचा खास पदार्थ आहे. शेतावरची ताजी वांगी , कांदे , मोहरीचा पाला व लसूण वापरून केलेल्या या भरताचे विशेष म्हणजे त्यातल्या वांग्याचे साल काढलेले नसते. तसेच भाज्या न कापता ठेचून घेतल्या जातात. हिंग मोहरीची फोडणी न करता सर्व पदार्थ फक्त तेलात परतले जातात. फोडणीतील मोहरीची कसर बहुतेक मोहरीच्या पाल्यामुळे भरून निघत असणार. चुलीवर परतलेले पदार्थ कढईतच ठेचल्यामुळे भरताला खास चव मिळते.

साहित्य

६ लहान आकाराची हिरवी वांगी,
३ कांदे ,
मूठभर मोहरीचा कोवळा पाला,
८/१० पाकळ्या लसूण,
५ हिरव्या मिरच्या,
तेल, चवीला जाडे मीठ

कृती

वांग्याचे देठ काढून ती जराशी ठेचून घ्यावी. लसूण सोलून घ्यावी. लसूण, मिरच्या, कांदे व मोहरीचा पाला असे वेगळे वेगळे ठेचून घ्यावे. चुलीवर कढई ठेवून त्यात तेल घालावे. तेल गरम झाल्यावर त्याात ठेचलेला लसूण, मीठ, मिरच्या, कांदा व मोहरीचा पाला असे घालून परतावे. त्यातच ठेचलेली वांगी घालून परतावे व कढईवर झाकण ठेउन एक वाफ द्यावी. गार झाल्यावर कढईतच हे मिश्रण वरवंट्यान भरडसे ठेचावे.

- खानदेशी वांग्याचे भरीत कळण्याच्या भाकरीबरोबर किंवा पुऱ्यांबरोबर खाल्ले जाते.
- गावरान पद्धतीचे वांग्याचे भरीत गरम ज्वारीच्या भाकरीबरोबर खाल्ले जाते.
- पंजाबी कढई भरता हा मक्याच्या भाकरीबरोबर खाल्ला जातो.

मेथीवांगं

साहित्य

१ मोठे वांगे,
मेथीची एक जुडी,
१ कांदा,
७/८ लसूण पाकळ्या,
३ हिरव्या मिरच्या,
फोडणीसाठी तेल,
हिंग मोहरी व हळद,
चवीला मीठ

कृती

वांग भाजून घ्यावे. गार झाल्यावर सोलून कुस्करावे. मेथी निवडून चिरून घ्यावी. कांदा बारीक चिरावा, लसूण सोलून घ्यावा. हिरव्या मिरच्या व लसूण वाटून घ्यावा. कढईत फोडणी करून कांदा व लसूण मिरचीचे वाटण परतावे. त्यात चिरलेली मेथी व मीठ घालावे आणि झाकण लावून वाफेवर मेथी शिजवावी. गार झाल्यावर त्यात कुस्करलेले वांगे घालून कालवावे.

हे भरीत दह्यात कालवून देखील केले जाते.

आचारी बैंगन भरता

साहित्य

२ मध्यम आकाराची वांगी,
१ कप टोमॅटो प्युरी,
१ कांदा,
१ लहान चमचा प्रत्येकी लोणच्याचा मसाला,
आलं लसूण पेस्ट,
धनेजिरे पूड,
चिमूटभर गरम मसाला,
कोथिंबीर
फोडणीसाठी २ मोठे चमचे तेल, हिंग, मोहरी, हळद

कृती

वांगी भाजून घ्यावी. गार झाल्यावर साल काढून कुस्करून घ्यावी. कांदा व कोथिंबीर बारीक चिरून घ्यावी. तेलाची फोडणी करून त्यात कांदा परतावा. त्यात आलं लसूण पेस्ट, धनेजिरे पूड, गरम मसाला व टोमॅटो प्युरी घालून कोरडे होईपर्यंत परतावे. कुस्करलेली वांगी व लोणच्याचा मसाला घालून एकजीव करावे. आचारी भरताबरोबर एका वाटीत बारीक चिरलेली कोथिंबीर व मीठ घालून तयार केलेले दही देण्याची पद्धत आहे.

वांग्याचे सॅलड

अरब देशातील लोकांना वांगी इतकी आवडतात की त्यांच्या जेवणात रोज वांग्याचा एकतरी प्रकार असतो. ह्या सॅलडमधला 'वांगी तळणे' हा महत्वाचा भाग असून वांग्याच्या फोडी मंद आचेवर तळाव्या लागतात. तळताना त्या मोडता कामा नयेत पण कच्च्या देखील राहता कामा नयेत. ह्या फोडी जर जास्त शिजून मोडल्या तर सॅलडची मजा जाते.

साहित्य

६ लहान आकाराची वांगी,
१ भोपळी मिरची,
१ टोमॅटो,
१ कांदा,
अर्धा कप पार्सले,
१ मोठा चमचा ताहिनी (तिळाची पेस्ट)
१ चमचा ऑलिव्ह ऑईल,
अर्धा चमचा जिरेपूड,
अर्धा चमचा वाटलेला लसूण,
मीठ व मीरपूड चवीप्रमाण,
१ पीटा ब्रेड,
वांगी व पीटा ब्रेड तळण्यासाठी तेल

कृती

वांग्याच्या चौकोनी फोडी करून त्या थोडावेळ मिठाच्या पाण्यात ठेवाव्या. नंतर निथळून फडक्यावर कोरड्या करून घ्याव्या. तेल तापवून त्यात वांग्याच्या फोडी तळून घ्याव्या. पीटा ब्रेडचे सहा त्रिकोनी तुकडे करून ते तेलात लालसर होईपर्यंत तळून घ्यावे. भोपळी मिरची व टोमॅटो बिया काढून बारीक कापावे. कांदा व पार्सले बारीक चिरून घ्यावे. एका भांड्यात ह्या चिरलेल्या भाज्या एकत्र कराव्या. दुसऱ्या भांड्यात ताहिनी, ऑलिव्ह ऑईल, जिरेपूड, वाटलेला लसूण, मीठ व मीरपूड एकत्र करून फेटावे. वांग्याच्या फोडी एका खोलगट बशीमध्ये ठेवाव्या व वरून थोडे ताहिनीचे मिश्रण घालावे. उरलेले ताहिनीचे मिश्रण भाज्यांमध्ये घालून कालवावे व ते वांग्याच्या फोडींवर पसरावे. बशीच्या चारही बाजूनी तळलेला पीटा ब्रेड ठेवावा.

बैंगन चोखा (त्रिनिदाद व टोबॅगो)

त्रिनिदाद व टोबॅगोमध्ये आज भारतीय वंशाचे खूप लोक आहेत. ते पिढ्या न पिढ्या तिथे राहात असले तरी आजही त्यांच्यावर भारतीय खाद्यसंस्कृतीचा पगडा आहे. आता मूळ भारतीय पदार्थात थोडेफार बदल झाले आहेत व त्यांची नावे देखील बदलली आहेत. बैंगन चोखा हा त्यापैकीच एक पदार्थ काहीसा बैंगन भरतासारखा. त्यात घातलेली हाबानेरो ही त्रिनिदादमध्ये मिळणारी तिखट मिरची आहे.

बैंगन भरतापेक्षा चोखाचा वेगळेपणा म्हणजे त्यात कोथिंबीर, टोमॅटो किंवा हळद घालत नसल्यामुळे तो पांढरटच दिसतो. तसेच कांदा परतण्यासाठी तेलाऐवजी लोणी वापरले जाते व आंबट चवीसाठी टोमॅटोऐवजी व्हिनिगर घातला जातो. अशा प्रकारे केलेला चोखा २/३ दिवस फ्रीजमध्ये टिकतो.

साहित्य

१ मोठे वांगे,
१ कांदा,
१ लहान चमचा लसूण पेस्ट,
१ लहान चमचा हाबानेरो पेस्ट,
१ लहान चमचा लोणी,
१ लहान चमचा व्हिनिगर,
चवीला मीठ

कृती

वांगे ओव्हनमध्ये किंवा कोळशावर भाजून घ्यावे. गार झाल्यावर सोलून कुस्करावे. कांदा बारीक चिरावा व लोण्यावर परतावा. कांदा शिजल्यावर त्यात, लसूण पेस्ट, हाबानोरा पेस्ट व मीठ घालून जरा परतावे. गार झाल्यावर त्यात व्हिनिगर व कुस्करलेले वांगे घालून एकजीव करावे.

बुरान्ही बैगन रायता

साहित्य

१ मोठे वांगे,
१ टोमॅटो,
१ कांदा, मीठ,
लाल तिखट
दीड कप हैदराबादी बुऱ्हानी रायता

कृती

वांग्याच्या अर्धा इंच जाडीचे काप करून त्यांना मीठ व तिखट चोळावे. तव्यावर तेल टाकून त्यात हे काप ठेवावे व दोन्ही बाजूनी लालसर होईपर्यंत परतावे. तयार वांग्याचे काप पसरट भांड्यात एकाशेजारी एक असे मांडावे. कांदा व टोमॅटो बारीक चिरावा व उरलेल्या तेलात मीठ व लाल तिखट घालून वाफवून घ्यावा. हे कांदा व टोमॅटोचे मिश्रण वांग्याच्या कापांवर पसरावे. त्यावर बुऱ्हानी रायता घालावा.

भाग ५

माझा चॉइस

माझा चॉइस

लहानपणी आमच्या घरी जेवणात कोशिंबीर खाण्यावर भर असे.आई वेगवेगळ्या प्रकारच्या कोशिंबिरी करत असल्यामुळे आम्ही त्या अगदी आवडीने खात असू. त्यापैकी कोबीची, चिजलिंग्ज घातलेली बटाट्याची व शेव घालून केलेली बीटची कोशिंबीर ह्या माझ्या अगदी आवडत्या कोशिंबिरी. या कोशिंबिरी चविष्ट होण्याचे रहस्य म्हणजे त्यात घातलेले मेतकूट, चीजलिंग्ज, शेव, साय, असे पदार्थ.

कोबीची कोशिंबीर

साहित्य

२ वाट्या किसलेला कोबी,
पाव वाटी मसूर डाळ,
२ लहान चमचे बारीक चिरलेली कोथिंबीर,
१ हिरवी मिरची,
२ वाट्या दही,
१ मोठा चमचा साय,
चिमूटभर मेतकूट,
चवीला मीठ व साखर

कृती

मसूर डाळ तासभर भिजत घालावी. मिरची गॅसवर भाजून घ्यावी. एका बाऊलमध्ये दही, साय, मीठ, साखर व मेतकूट असे एकत्र करावे. किसलेल्या कोबीचे पाणी पिळून तो दह्यात घालावा. त्यात भिजलेली मसूर डाळ, मिरची व कोथिंबीर घालून कोशिंबीर कालवावी.

बटाटा व चीजलिंग्जची कोशिंबीर

साहित्य

२ उकडलेले बटाटे,
१ पांढरा कांदा,
१ टोमॅटो,
१ वाटी चीजलिंग्ज,
१ मोठा चमचा कोथिंबीर,
अर्धा लहान चमचा प्रत्येकी जिरे पूड व लिंबाचा रस,
चवीसाठी मीठ, लाल तिखट

कृती

बटाटा सोलून त्याच्या चौकोनी फोडी कराव्या. कांदा व टोमॅटो बारीक चिरून घ्यावा. एका बाऊलमध्ये बटाटा, कांदा, टोमॅटो, कोथिंबीर एकत्र करावे. त्यात जिरेपूड, लिंबाचा रस, मीठ व लाल तिखट घालून कालवावे. आयत्यावेळी त्यात चीजलिंग्ज मिसळावे.

बीटची कोशिंबीर

साहित्य

१ बीटरूट,
१ वाटी ओले खोबरे,
१ वाटी दाण्याचे कूट ,
१ मोठा चमचा कोथिंबीर,
चवीसाठी मीठ,
साखर व आमचूर पावडर,
१ वाटी तिखट शेव

कृती

बीट उकडून त्याचे साल काढावे व जाड किसणीवर किसून घ्यावे. त्यात ओले खोबरे, दाण्याचे कूट, कोथिंबीर, मीठ, साखर व आमचूर पावडर घालून कालवावे. आयत्यावेळी त्यात शेव घालावी.

पास्ता सॅलड

एका मैत्रिणीकडे गेलो असता तिने सूप, गार्लिक ब्रेड, पास्ता सॅलड व आईस्क्रीम असा बेत केला होता. आम्हा सर्वांनाच तो मेन्यू व विशेषत: त्यातील पास्ता सॅलड खूपच आवडले. ह्या सॅलडला कुस्करलेल्या चीजमुळे व मेयॉनीजच्या बरोबरीने दही घातल्यामुळे छान चव आली होती. पास्ता व भाज्यांचे हे सॅलड म्हणजे एक पोटभरीचा पदार्थ होता.

साहित्य

१ कप प्रत्येकी कोणत्याही दोन प्रकारचा उकडलेला पास्ता.
१ काकडी,
१ मोठे गाजर,
१ उकडलेला बटाटा,
अर्धा कप मोडाचे मूग,
१ लाल भोपळी मिरची,
अर्धा कप कुस्करलेले चीज,
१ कप मेयॉनीज,
१ कप पाणी काढलेले दही,
मीठ व मिरपूड चवीला

कृती

गाजराचे साल काढून लहान तुकडे करावे. एका भांड्यात पाणी उकळावे व त्यात गाजराचे तुकडे आणि मोडाचे मूग घालून झाकण लावून ठेवावे. पाणी गार झाल्यावर गाळण्यात घालून निथळावे. काकडी व बटाट्याचे साल काढून लहान तुकडे करावे. भोपळी मिरचीच्या बिया काढून लहान तुकडे करावे. एका काचेच्या बाऊलमध्ये मेयॉनीज, दही, मीठ व मिरपूड घालून फेटावे. त्यात कुस्करलेले चीज मिसळावे. या मिश्रणात कापलेल्या भाज्या व पास्ता घालून हलक्या हाताने कालवावे. सॅलड फार घट्ट वाटले तर दही घालून सैल करावे.

साहित्य

४ फलाफल,
१ उकडलेले अंडे,
अर्धे कापून बारीक चिरलेला जांभळा कोबी,
लेट्युस, काकडी व झुकिनीच्या चकत्या, काळे ऑलिव्हज,
ताहिनी व ग्रीक योगट

फलाफल सॅलेड (इजिप्त)

इजिप्तमधील एक हॉटेलमध्ये राहिलो असताना तिथे जेवणाच्या बुफे शेजारी आपल्या समोर वेगवेगळे पदार्थ बनवून देत होते. त्यापैकी फलाफल सॅलड हा पदार्थ मला वेगळा वाटला म्हणून मी तो माझ्यासाठी बनवायला सांगितला. फलाफल हा अरबी खाद्यसंस्कृतीमधला एक लोकप्रिय पदार्थ आहे. तो करण्यासाठी भिजवलेले छोले वाटून त्यात कांदा, कोथिंबीर, मिरची व मीठ घातले जाते व ह्या मिश्रणाचे गोळे वळून ते लालसर होईपर्यंत तळले जातात.

सॅलड ड्रेसिंग : एका बाटलीमध्ये ऑलिव्ह ऑईल, ॲपल सायडर व्हिनिगर, मध, चिली फ्लेक्स, मीठ व मिरपूड हे पदार्थ घालून बाटलीला झाकण लावावे व ती बाटली खूप हलववी. त्यामुळे ड्रेसिंगमधले सगळे पदार्थ एकमेकात छान मिसळले जातील.

सॅलडची मांडणी : लेट्युसचे हाताने तुकडे करून ते एका बशीमध्ये पसरावे. त्यावर बाटलीतील थोडे सॅलड ड्रेसिंग घालावे. बशीच्या अर्ध्या भागात जांभळा कोबी व त्याच्या शेजारी काकडी आणि झुकिनीच्या चकत्या व ऑलिव्हज ठेवावे. उरलेल्या अर्ध्या भागात अंड्याचे तुकडे व फलाफल असे मांडावे. त्यावर उरलेले सॅलड ड्रेसिंग घालावे. फलाफल अर्धवट फोडून त्यावर ताहिनी म्हणजे तिळाची पेस्ट घालावी. ह्या सॅलडबरोबर एका बाऊलमध्ये ग्रीक योगर्ट द्यावे.

खाली हिरवे लेट्युस त्यावर जांभळा कोबी, फिक्या हिरव्या रंगाची काकडी व झुकिनी, पांढरे व पिवळे अंडे, काळे ऑलिव्हज आणि तपकिरी रंगाचे फलाफल असे ते रंगीबेरंगी सॅलड अतिशय आकर्षक दिसते. सॅलड ड्रेसिंगची त्याला मस्त चव येते. फलाफल ऐवजी चीज व बटाट्याचे बॉल्स, भाज्यांचे कटलेट व मटार बटाट्याची टिक्की असे पदार्थ घालून सुध्दा हे सॅलड बनता येते.

नाष्त्यासाठी फळांची कोशिंबीर

हल्ली बहुतेक हॉटेलमध्ये सकाळी नाष्त्यासाठी बुफे लावलेला असतो. त्यात कापलेली ताजी फळे, सुकवलेली फळे, सुकामेवा, दही, कॉर्नफ्लेक्स असे विविध पदार्थ ठेवलेले असतात. नुकत्याच एका प्रवासात काही परदेशी मंडळी नाष्त्याच्या वेळी मोठा वाडगाभर दही घेउन त्यात कापलेली फळे, सुकी केळी, सुकामेवा, जॅम व त्यात मूठभर कॉर्नफ्लेक्स असे एकत्र करून खाताना पाहिले. मला ह्या पदार्थाबद्दल उत्सुकता वाटल्यामुळे मी दुसऱ्या दिवशी त्यांचे अनुकरण केले.

दह्यात घातलेली फळे व कॉर्नफ्लेक्स खाल्ल्यावर माझ्या असे लक्षात आले की अशा प्रकारे बनवलेली फळांची कोशिंबीर म्हणजे नाष्त्यासाठी अगदी योग्य व पोटभरीचा असा चविष्ट पदार्थ आहे.

साहित्य

२ कप गोड दही,
१ कप फळांचे तुकडे,
२ मोठे चमचे सुकामेवा,
१ लहान चमचा कोणताही जॅम,
अर्धा कप कॉर्न फ्लेक्स

कृती

एका वाडग्यात दही घेउन त्यात जॅम घालून सारखे करावे. त्यात एक एक करून ताजी व सुकवलेली फळे आणि सुकामेवा घालून एकत्र करावे. वरून कॉर्नफ्लेक्स घालून या आगळ्यावेगळ्या फळांच्या कोशिंबिरीचा आस्वाद घ्यावा.

भाग ६

सॅलड मेकिंग

सॅलड मेकिंग

सॅलड ड्रेसिंग

कोणत्याही प्रकारच्या सॅलडमध्ये सॅलड ड्रेसिंगची भूमिका अतिशय महत्त्वाची असते. सॅलडमधील सर्व पदार्थांना एकत्र बांधून ठेवण्याचे व त्याला चव आणि स्वाद देण्याचे काम सॅलड ड्रेसिंग करते. त्यासाठी बेस म्हणून तेल, दुग्धजन्य पदार्थ, मेयॉनीज तसेच व्हिनिगर व सोया सॉस हे आंबवलेले सॉसेस वापरले जातात. त्यामध्ये ताज्या वनौषधी, फळांचा रस, नटस् असे पदार्थ घालून त्यांना नटवले जाते. यापैकी आशियाई ड्रेसिंग्जमध्ये व्हिनिगर व सोया सॉसचा खूप वापर केला जातो तर पाश्चात्य ड्रेसिंग्जमधे मेयॉनीज, दही, दूध, क्रीम हे पदार्थ जास्त प्रमाणात वापरले जातात. ग्रीक, इटालियन तसेच अरेबिक सॅलडमधे ऑलिव्हच्या तेलाचा मुबलक वापर केला जातो. टोमॅटो सॉस, मस्टर्ड सॉस, थाउजंड आयलंड, वूस्टरशायर अशा सॉसचा देखील सॅलड ड्रेसिंगमध्ये वापर केला जातो.

सॅलड ड्रेसिंग करताना त्यात ...

- **आंबटपणासाठी :** व्हिनिगर वा लिंबाच्या रस.
- **गोडपणासाठी :** साखर वा मध.
- **तिखटपणासाठी :** पाप्रिका, चिलीफ्लेक्स, चिलीसॉस वा मिरची .
- **खारटपणासाठी :** मीठ , सोया सॉस.
- **स्वादासाठी :** डिल, रोझमेरी, ओरेगानो, बेसील, थाईम, सेलरी अशी हर्बज. **(हे घटक वापरले जातात.)**

सॅलड ड्रेसिंगमधील हे सर्व पदार्थ एकमेकांच्यात उत्तम रितीने मिसळणे आवश्यक असते. त्यासाठी निरनिराळ्या पद्धती वापरल्या जातात :

- काही ड्रेसिंग्जमधले पदार्थ एकत्र करून ते हाताने फेटतात म्हणजे ते हलके होतात.
- सॅलड ड्रेसिंग करताना सर्व पदार्थ काचेच्या बाऊलमधे घालून एग बीटरने एकजीव करतात.
- काट्याने फेटतात.
- रवीने घुसळतात.
- ब्लेंडरमध्ये घालून फिरवतात.
- घट्ट झाकणाच्या काचेच्या बाटलीत सर्व जिन्नस एकत्र करुन व बाटली खूप हलवतात.

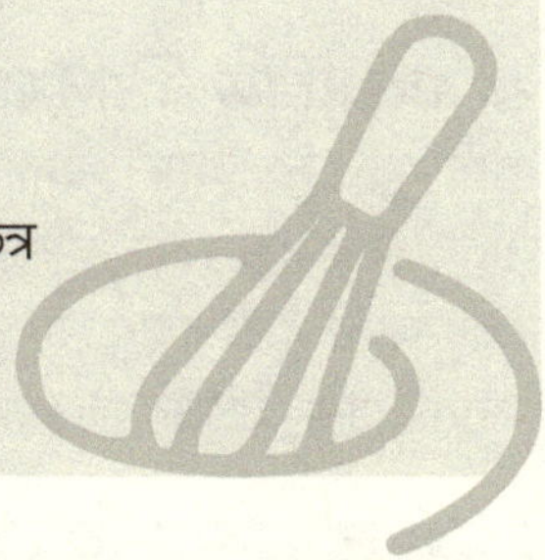

सॅलड ड्रेसिंग्ज घट्ट वा पातळ कशीही असली तरी शक्यतो गारच असतात. पातळ ड्रेसिंग्जमधे मुख्यत: व्हिनिगर वा ऑलिव्ह ऑईल हा बेस असतो. त्यात लसूण, पार्सले, डिल अशी निरनिराळी हर्ब्ज व मीठ घालून ते चांगले घुसळले जाते व गार करून आयत्यावेळी सॅलडवर घातले जाते. ह्यात आपण आपल्या आवडीप्रमाणे थोडे फार बदल करू शकतो.

- व्हिनिगर हे एक स्वतंत्र सॅलड ड्रेसिंग होऊ शकते
- ऑलिव्हच्या तेलाची चव आणि त्यातली पोषणमूल्य लक्षात घेउन त्याचा अनेक सॅलड ड्रेसिंग्जमध्ये उपयोग केलेला असतो.
- काही सॅलड ड्रेसिंग्जमध्ये वाईन वापरली जाते.

• व्हिनिगर व त्याचे प्रकार

फ्रेंच **vin aigre** याचा अर्थ आंबट वाईन व त्यावरूनच व्हिनिगर हा शब्द अस्तित्वात आला. हे आंबट चवीचे व्हिनिगर फ्रेंच ड्रेसिंग म्हणून ओळखले जाते. एकदा लोकांना या व्हिनिगरची चव आवडल्यावर त्यांनी भात, बार्ली, सफरचंद अशा पदार्थांपासून अनेक प्रकारचे व्हिनिगर बनवले. प्रत्येक प्रकारच्या व्हिनिगरचा वेगवेगळा उपयोग केला जातो. वेगवेगळी मॅरिनेश्न्स, सॉस तसेच सॅलड ड्रेसिंग हे पदार्थ तर व्हिनिगर शिवाय होऊच

शकत नाहीत. व्हिनिगर हा पदार्थ अनेक देशांच्या खाद्यसंस्कृतीमध्ये गेली कित्येक वर्षे वापरात आहे. त्याचा स्वयंपाकात तर वापर केला जात असेच पण त्यातल्या औषधी गुणधर्मामुळे तो काही व्याधींवर उपाय म्हणूनही वापरला जाई. अशा सगळ्या उपयुक्ततेमुळे व्हिनिगर हा हल्ली स्वयंपाकघरात नेहमी असणारा पदार्थ झाला आहे

१. वाईन व्हिनिगर : व्हाईट वाईनपासून पांढरा व्हिनिगर व रेड वाईनपासून लाल व्हिनिगर बनवला जातो. यापैकी रेड व्हिनिगर काहिसा उग्र तर व्हाईट व्हिनिगर त्यामानाने सौम्य असा असतो. व्हाईट व्हिनिगर हा नेहमीच्या वापरातला व्हिनिगर आहे. तो वेगवेगळे सॉस, लोणची, चटण्या, केचअप अशा पदार्थात वापरला जातो.

२. बाल्सामिक व्हिनिगर : बाल्समिक व्हिनिगर हा गडद तपकिरी रंगाचा असून त्याचे मूळ इटलीमधले मानले जाते. तिथे तो ताज्या द्राक्षाच्या रसापासून बनवला जातो. इतर प्रकारच्या व्हिनिगरमध्ये आंबवलेले अल्कोहोल असते; पण बाल्समिक व्हिनिगरमधे द्राक्षे दाबून ,पिळून वाईनप्रमाणे अनेक वर्ष मुरवली जातात. हा व्हिनिगर जितका जुना तितका तो जास्त मुरतो व त्याला घट्टपणा आणि गोडसर चव येते.

३. ॲपल सायडर व्हिनिगर : ह्या प्रकारचा व्हिनिगर करताना सफरचंदाचा गर हा दाबून ठेवला जातो. तो आंबला की प्रथम त्यापासून अल्कोहोल तयार होते व त्यानंतर त्याचा व्हिनिगर तयार होतो.

४. शँपेन व्हिनिगर : शँपेनपासून बनवलेला व्हिनिगर अगदी सौम्य असून त्याला वाईन व्हिनिगरपेक्षा जास्त ताजेपणा असतो. तो पदार्थ शिजवताना न वापरता शक्यतो व्हिनिगरेट व सॅलड ड्रेसिंगमधे वापरला जातो.

५. शेरी व्हिनिगर : शेरी व्हिनिगर हा खास स्पेनमधला व्हिनिगर. तो ओकच्या लाकडापासून बनवलेल्या बॅरलमधे कमीतकमी सहा महिने तरी ठेवतात व नंतर बाटलीत काढतात. ह्या व्हिनिगरला अतिशय सुंदर व मंद असा स्वाद असतो व तो शक्यतो सॅलड ड्रेसिंगमध्ये आणि पदार्थावर घालण्यासाठी वापरला जातो.

६. राईस व्हिनिगर : राईस व्हिनिगर म्हणजे भाताची वाईन आंबवून केलेला व्हिनिगर. त्याला गोडसर पण जरा उग्र चव असते. अनेक आशियाई देशात राईस वाईन खूप लोकप्रिय असून तिथे ती पिण्यासाठी व स्वयंपाकात वापरण्यासाठी व व्हिनिगर करण्यासाठी वापरली जाते.

७. माल्ट व्हिनिगर : अगदी फिक्या तपकिरी रंगाचा माल्ट व्हिनिगर हा

बार्लीपासून बनवलेला असतो. प्रथम बार्लीपासून बियर बनवली जाते व नंतर ती आंबवून त्यापासून व्हिनिगर बनवला जातो. ह्या व्हिनिगरला अतिशय सौम्य असा स्वाद असतो.

हे सर्व प्रकारचे व्हिनिगर गार आणि अंधाऱ्या जागी ठेवले असता अधिक काळ चांगले राहू शकतात. व्हिनिगरची बाटली उघडल्यानंतर तो काही महिने वापरण्यायोग्य असतो नंतर मात्र त्याचा स्वाद कमी होत जातो.

- **व्हिनिगरेट**

तेल आणि व्हिनिगर एकत्र करून जे ड्रेसिंग बनवले जाते त्याला व्हिनिगरेट म्हटले जाते. बऱ्याच सॅलड ड्रेसिंग्जमधे व्हिनिगरेट हा फाउंडेशन म्हणजे प्रमुख पदार्थ असतो. व्हिनिगरेट करताना तेल व व्हिनिगर एकत्र करून घुसळला असता ते एकजीव झाले आहेत असे वाटते पण थोडावेळ ठेवले असता तेल वरती आणि व्हिनिगर खाली बसलेला आढळून येतो. हे दोन पदार्थ एकमेकात अजिबात मिसळले जात नाहीत.

व्हिनिगरेटचे बेसिक प्रमाण म्हणजे ३ भाग तेल आणि १ भाग व्हिनिगर असे असते. काही प्रकारच्या व्हिनिगरची चव व स्वाद खूप तीव्र तर काहींचा अगदी सौम्य असा असतो, त्यामुळे व्हिनिगरची चव व स्वाद बघून त्याचे प्रमाण कमी जास्त करावे लागते.

बेसिक व्हिनिगरेट

साहित्य : २ मोठे चमचे व्हिनिगर, १ लहान चमचा मीठ, चिमूटभर मिरपूड, ६ ते ८ मोठे चमचे सॅलड ऑईल

कृती : एका बाऊलमधे व्हिनिगर, मीठ व मिरपूड काट्याने ढवळावे. ते ढवळत असताना त्यात थोडे थोडे सॅलड ऑईल घालावे. तयार व्हिनिगरेट काचेच्या बाटलीत भरून फ्रीजमधे ठेवावे. वापरायच्या वेळी बाटली खूप हलवून घ्यावी.

मस्टर्ड व्हिनिगरेट

साहित्य : २ मोठे चमचे व्हिनिगर, १ लहान चमचा मीठ, चिमूटभर मिरपूड, ६ ते ८ मोठे चमचे सॅलड ऑईल व १ टेबलस्पून मस्टर्ड

कृती : सर्व पदार्थ ब्लेंडरमधे घालून १० सेकंद फिरवावे. मस्टर्ड व्हिनिगरेट तयार.

हनी मस्टर्ड व्हिनिगरेट

मस्टर्ड व्हिनिगरेटमध्ये १ मोठा चमचा मध घालून हनी मस्टर्ड व्हिनिगरेट करावे.

मसालेदार मध आणि मस्टर्ड ड्रेसिंग

साहित्य : २ मोठे चमचे मस्टर्ड, २ मोठे चमचे मध, १ मोठा चमचा लिंबाचा रस, अर्धा लहान चमचा लिंबाची किसलेली साल, २ लहान चमचे बारीक चिरलेले थाईम आणि पार्सले, १ हॅलापिनो बारीक चिरून व चवीला मीठ

कृती : सर्व पदार्थ एकत्र करून चांगले घुसळावे व फ्रीजमधे ठेवावेत.

हनी लेमन सॅलड ड्रेसिंग

साहित्य : १ मोठा चमचा ऑलिव्हचे तेल, २ मोठे चमचे लिंबाचा रस, १ मोठा चमचा मध, ३ थेंब चिली सॉस, १ मोठा चमचा भाजलेले तीळ, चवीला मीठ

कृती : स्र्व पदार्थ एका बाऊलमध्ये एकत्र करून घुसळावे

लिंबाचे सॅलड ड्रेसिंग

साहित्य : ३ लिंबाची पाने, १ लहान चमचा भाजलेले तीळ, १ मोठा चमचा बारीक चिरलेली कोथिंबीर, बिया काढून बारीक कापलेली १ हिरवी मिरची, १ लहान चमचा तिळाचे तेल, १ लहान चमचा आले व लसणाची पेस्ट, २ मोठे चमचे ब्राउन शुगर, २ मोठे चमचे लिंबाचा रस, जरूरीप्रमाणे पाणी

कृती : लिंबाचा रस व कोथिंबीर सोडून सर्व पदार्थ एकत्र करून गॅसवर ठेवावे. साखर विरघळून चांगली उकळी आली की उतरवावे. गार झाल्यावर त्यातली लिंबाची पाने व मिरची काढून टाकावी व त्यात कोथिंबीर आणि लिंबाचा रस घालावा.

ऑरेंज वॉलनट ड्रेसिंग

साहित्य : २ मोठे चमचे ऑरेंज ज्यूस, १ मोठा चमचा शेरी व्हिनिगर, ३ मोठे चमचे वॉलनट ऑईल, २ मोठे चमचे ऑलिव्ह ऑईल, मीठ व मिरपूड चवीला

कृती : सर्व जिन्नस ब्लेंडरमधे घालून थोडा वेळ फिरवावे.

खसखस सॅलड ड्रेसिंग

साहित्य : १ मोठा चमचा खसखस, ३ मोठे चमचे ॲपल सायडर व्हिनिगर, १ मोठा चमचा मध, १ लहान चमचा मस्टर्ड, २ मोठे चमचे ऑलिव्ह ऑईल, चवीला मीठ व मिरपूड

कृती : खसखस कोरडी भाजून घ्यावी. ब्लेंडरमधे खसखस, मीठ, मिरपूड, मध, मस्टर्ड व व्हिनिगर घालून फिरवावे. ब्लेंडर चालू असताना त्यात हळू हळू ऑलिव्ह ऑईल घालावे

पीनट बटर सॅलड ड्रेसिंग

साहित्य : २ मोठे चमचे पीनट बटर, २ मोठे चमचे पाणी, १ लिंबाचा रस, १ मोठा चमचा प्रत्येकी राईस व्हिनिगर व आल्याची पेस्ट, २ लहान चमचे प्रत्येकी सोया सॉस व मध

कृती : सर्व जिन्नस ब्लेंडरमधे घालून एकत्र करावे.

अशी वेगवेगळ्या प्रकारची व वेगवेगळ्या चवीची सॅलड ड्रेसिंग्ज वापरून अफलातून चवीची सॅलडस बनवता येतील. अनेक देशांत ड्रेसिंग घालून सॅलड तयार केलेले असते तर काही ठिकाणी टेबलवर कापलेल्या भाज्या व शेजारी बाऊलमधे एक दोन प्रकारची ड्रेसिंग ठेवलेली असतात.

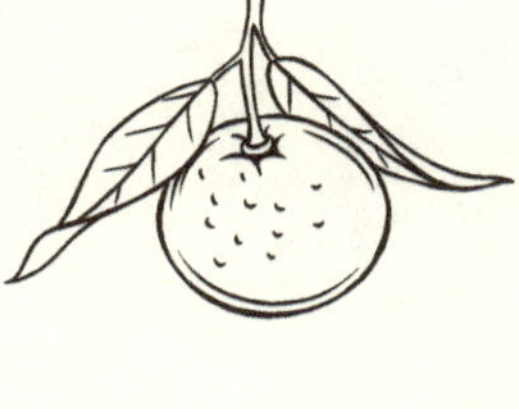

सॅलड ड्रेसिंग, त्याचे प्रकार, त्यात घालायचे पदार्थ हा विषय इतका रंजक आहे की त्यावर लिहू तितके थोडे आहे.

• सॅलड ग्रीन्स

ढोबळपणे बघितले तर कोशिंबीर किंवा सॅलड करताना त्यात ज्या हिरव्या भाज्या वापरल्या जातात त्यांना 'सॅलड ग्रीन्स' असे म्हणले जाते. लेट्युस व त्याचे वेगवेगळे प्रकार हा सॅलड ग्रीन्सचा एक प्रकार आहे. लेट्युस शिवाय लीक्स, पालकची व मेथीची कोवळी पाने, नापा कोबी, ब्रसेल स्प्राउटस, एंडाईव्ह, केल ह्या भाज्या सॅलड ग्रीन्समध्ये मोडतात. या सगळ्या भाज्यांमुळे सॅलडला एक वेगळेच रूप प्राप्त होते. सॅलड करताना शक्यतो या भाज्या कच्च्याच वापरल्या जातात; पण ब्रोकोली, ब्रसेल स्प्राउट, कोवळी मेथी अशा भाज्या वाफवून किंवा परतून घेतल्या जातात.

पार्सले, कोथिंबीर, पुदिना, रोझमेरी ह्या हिरव्या भाज्या कोशिंबीर किंवा सॅलड करताना वापरल्या जातात पण त्या वनौषधीं ह्या प्रकारात मोडतात.

अरूगुला सॅलड

साहित्य

२ कप अरूगुलाची पाने,
१० चेरी टोमॅटो,
१ मोठा चमचा भोपळ्याच्या बिया,
१ ॲव्होकाडो,
१ मोठा चमचा किसलेले चीज,
२ मोठे चमचे मस्टर्ड व्हिनिगरेट ,
मीठ व मिरपूड चवीला

कृती

चेरी टोमॅटो अर्धे कापून घ्यावे. भोपळ्याच्या बिया किंचित भाजून घ्याव्या, ॲव्होकाडोचे साल काढून तुकडे करावे. एका झाकणाच्या बाऊलमध्ये अरूगुलाची अख्खी पाने, टोमॅटो, ॲव्होकाडो, भोपळ्याच्या बिया, मस्टर्ड व्हिनिगरेट, मीठ व मिरपूड असे एकत्र करावे, झाकण लावून बाऊल हलवावा जेणेकरून सगळ्या भाज्या व ड्रेसिंग नीट एकत्र होईल. तयार सॅलड एका खोलगट बशीत घालावे व वरून किसलेले चीज घालावे.

छोट्या मेथीची कोशिंबीर

मेथीचे दाणे पेरल्यावर साधारणपणे आठवडाभरात इंच दीड इंच लांब वाढतात व त्यावर लहानशी पाने येतात. ही मेथी भाजी आमटीत घालण्यासाठी किंवा कोशिंबिरीसाठी वापरली जाते. ह्याला आपल्याकडे छोटी मेथी म्हणतात.

साहित्य

१ कप छोटी मेथी,
१ लाल मिरची,
अर्धा कप खोबरे,
अर्धा कप दाण्याचे भरड कूट,
१ मोठा चमचा कोथिंबीर,
१ लहान चमचा तीळ,
चवीला लिंबाचा रस,
मीठ व साखर,
फोडणीसाठी १ मोठा चमचा तेल, हिंग व मोहरी

कृती

एका वाडग्यात मेथी हाताने तोडून घ्यावी. कढल्यामध्ये तीळ, लाल मिरची, हिंग व मोहरीची फोडणी करून ती मेथीवर घालून एकत्र करावे व थोडावेळ झाकण लाउन ठेवावे. गार झाल्यावर त्यात खोबरे, कोथिंबीर, मीठ, साखर व लिंबाचा रस घालून कालवावे. मेथीची कोवळी पाने किंचित कडवट असतात; पण अशा पद्धतीने केलेल्या कोशिंबीरीत तो कडवटपणा जाणवत नाही.

ह्याच पद्धतीने मोड आलेल्या मेथीदाण्याची कोशिंबीर करता येते.

केल सॅलड

साहित्य

१ गड्डा केल,
१ मोठा चमचा सुक्या क्रॅनबेरीज,
१ मोठा चमचा बदामाचे काप,
४/५ अननसाच्या फोडी,
१ लहान चमचा किसलेली लिंबाची साल,
१ मोठा चमचा ऑलिव्ह ऑईल,
१ मोठा चमचा ॲपल सायडर व्हिनिगर,
१ लहान चमचा किसलेले आले, मीठ व मिरपूड चवीसाठी

केल ही पालेभाजी बहुतेक वेळा सॅलडमध्ये वापरली जाते. त्याची पाने लांब असून कडा नागमोडी असतात. काही जातीचे केल फिका हिरवा, जांभळा, लाल, गुलाबी अशा रंगात उपलब्ध असते तर काही जातींमधे हिरव्या पानांना जांभळ्या वा लाल नागमोडी कडा असतात. नागमोडी कडा आणि विविध रंगामुळे केलच्या पानांना एक वेगळेच आणि सुंदर रूप मिळते. हल्ली केल हे एक सुपर फूड मानले जाते.

कृती

ऑलिव्ह ऑईल, व्हिनिगर, किसलेले आले, किसलेली लिंबाची साल, मीठ व मिरपूड एकत्र करून ड्रेसिंग बनवावे. एका बाऊलमध्ये केलची पाने हाताने तोडून टाकावी. त्यात क्रॅनबेरीज, बदामाचे काप घालावे व वरून ड्रेसिंग घालावे. त्यात अननसाच्या फोडी अलगद मिसळाव्यात.

ब्रसेल्स स्प्राउटसचे सॅलड

ब्रसेल्स स्प्राउट ही भाजी छोट्या कोबीसारखी दिसते. ब्रसेल्स स्प्राउट म्हणजे कोबीसारखाच फिका हिरवा रंग आणि एकावर एक पाने असलेला लहानसा गड्डा असतो. त्याचे झाड साधारणपणे तीन ते चार फूट उंचीचे असून त्याच्या दांड्यावर सर्व बाजूंनी असंख्य लहान लहान गड्डे लागलेले असतात.

या भाजीचा उगम बेल्जियम आणि नेदरलँडस मधील असून बेल्जियमची राजधानी ब्रसेल्सवरूनच बहुतेक या भाजीला ब्रसेल्स स्प्राउटस हे नाव पडले असावे. ही भाजी युरोपच्या उत्तरेकडील देशात अतिशय लोकप्रिय आहे.

साहित्य

१० ब्रसेल्स स्प्राउटस,
२ मोठे चमचे किसलेले चीज,
१ मोठा चमचा पाईन नटस,
१ चमचा लोणी,
२ चमचे संत्र्याचा रस,
१ मोठा चमचा व्हाईट वाईन व्हिनिगर,
थोडा मध,
मीठ व मिरपूड चवीप्रमाणे,
सजावटीसाठी लेट्युसची पाने

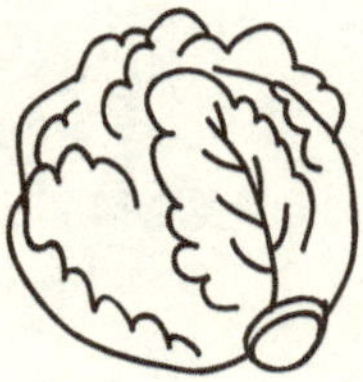

कृती

संत्र्याच्या रसात मध मिसळावा. ब्रसेल्स स्प्राउटस अर्धे कापून घ्यावेत. पॅनमधे लोणी घालून त्यावर ब्रसेल्स स्प्राउटस परतून घ्यावे. त्यावर व्हाईट वाईन व्हिनिगर घालावे व झाकण लावून वाफ द्यावी. गार झाल्यावर त्यात मीठ, मिरपूड, पाईन नटस, संत्र्याचा रस व मधाचे मिश्रण व थोडे चीज घालून एकत्र करावे. एका खोलगट बशीच्या तळाशी लेट्युसची पाने पसरावी व त्यावर तयार सॅलड घालावे.
वरून उरलेले चीज घालावे.

साहित्य

१ कप उकडलेला पास्ता,
मध्यम आकाराचा ब्रोकोलीचा गड्डा,
अर्धा कप चीज पावडर,
अर्धा कप ऑलिव्ह ऑईल,
१ मोठा चमचा पीनट बटर,
१ लहान चमचा चिलीफ्लेक्स,
चिमूटभर लसूण पावडर,
चवीसाठी मीठ व मिरपूड

ब्रोकोली आणि पास्ता सॅलड

ब्रोकोली ही एक इटालियन भाजी आहे. काळपट हिरव्या रंगाची आणि काहीशी कॉलिफ्लॉवर सारखी दिसणारी ही भाजी जगभरात लोकप्रिय करण्याचे श्रेय इटालियन लोकांना जाते. ब्रोकोलीमध्ये आज जरी अनेक जाती असल्या तरी त्यातले दोन प्रकार नेहमी बाजारात मिळतात. एकात कॉलिफ्लावर सारखे अनेक लहान लहान तुरे असतात तर दुसऱ्यात एकच मोठा गड्डा असतो. ही भाजी घेताना त्याचा गडद हिरवा रंग बघून घ्यावा.

कृती

ब्रोकोलीचे तुरे कापून घ्यावे. थोडा वेळ मीठ घातलेल्या उकळत्या पाण्यात घालून झाकण लावून ठेवावे. पाणी गार झाल्यावर ब्रोकोलीचे तुरे काढून फडक्यावर टाकून कोरडे करावे. पास्ता व ब्रोकोलीचे तुरे एकत्र करावे. ऑलिव्ह ऑईल, पीनट बटर, चिलीफ्लेक्स, लसूण पावडर, मीठ व मिरपूड असे एकत्र करून फेटावे व पास्ता आणि ब्रोकोलीमध्ये मिसळावे. वरून चीज पावडर घालावी.

सॅलडमध्ये आपल्या आवडीप्रमाणे कच्ची ब्रोकोली घातली तरी चालते. सॅलड ड्रेसिंगमधल्या पीनट बटरमुळे सॅलडला छान चव येते.

एन्डाइव्ह व सफरचंदाचे सॅलड

बेल्जियन एन्डाइव्ह म्हणजे नागमोडी कड असलेल्या फिक्या हिरव्या पानांचा गड्डा. ही भाजी चवीला किंचित कडसर असली तरी दिसायला अतिशय सुरेख असते आणि त्याचा स्वाद पण फार छान असतो.

साहित्य

१ गड्डा एन्डाइव्ह,
१ सफरचंद,
२ लहान चमचे अक्रोडाचे काप,
१ लिंबाचा रस,
१ मोठा चमचा बाल्समिक व्हिनिगर,
चवीला मीठ ,साखर ,मिरपूड व बारीक चिरलेली पार्सले

कृती

बाल्समिक व्हिनिगर, मीठ, साखर व मिरपूड असे एकत्र करून सॅलड ड्रेसिंग तयार करावे. एन्डाइव्हची पाने हाताने तोडून घ्यावी. सफरचंदाच्या साल न काढता पातळ चकत्या करून घ्याव्या व त्याला लिंबाचा रस चोळावा. त्यात अक्रोडाचे तुकडे, एन्डाइव्हची पाने व सॅलड ड्रेसिंग घालून एकत्र करावे.

• सॅलड बार

रंगाशिवाय कोणत्याही चित्राला शोभा येत नाही तसेच काहीसे सॅलडच्या बाबतीत आहे. चित्रात रंग भरले असता त्याला जिवंतपणा येउन ते चित्र जसे सुंदर दिसू लागते तसेच वेगवेगळ्या रंगाच्या भाज्या, फळे, सुकामेवा असे पदार्थ एकत्र करून सॅलड बनवले असता ते देखिल सुंदर दिसू लागते.

सॅलडमध्ये वापरण्यास योग्य अशा रंगीबेरंगी भाज्या व इतर पदार्थांनी नटलेला रेस्टॉरंटमधला काउंटर म्हणजेच सॅलड बार. अशा प्रकारच्या सॅलड बारमध्ये सॅलड्साठी लागणारे विविध पदार्थ व सॅलड ड्रेसिंग्ज आकर्षकरित्या मांडून ठेवलेली असतात. यामध्ये कापलेल्या भाज्या, नट्स, कडधान्ये, फळांच्या फोडी, मीटचे तुकडे व निरनिराळ्या प्रकारची सॅलड ड्रेसिंग्ज यांचा समावेश असून प्रत्येकाने आपल्याला हवे ते पदार्थ एकत्र करून आपल्याला हव्या त्या चवीचे सॅलड बनवून घ्यायचे अशी यामागची कल्पना असते.

आपल्या आवडीनुसार व चवीनुसार आपल्या बाऊलमध्ये सॅलड बनवून घेता येणारे सॅलड बार पाश्चात्य देशात खूपच लोकप्रिय आहेत. तेथील अनेक मोठ्या रेस्टॉरंटमध्ये सॅलड बार लावलेला असतो तसेच तिथे स्वतंत्र सॅलड बार देखिल खूप असतात. पाश्चात्य लोक बरेच वेळा जेवणाला पर्याय म्हणून फक्त सॅलड खातात. हल्ली लोकांना सॅलड खाण्याचे महत्व पटल्यामुळे व पाश्चात्य सॅलडची चव आवडल्यामुळे आपल्याकडे देखिल सॅलड बार ही संकल्पना रुजायला लागली आहे.

सॅलड हा जेवणाला पर्याय होऊ शकतो का असा प्रश्न अनेकांना पडतो. भाज्या, फळे, कडधान्ये, मीट असे पदार्थ वापरून केलेले सॅलड नक्कीच जेवणाची जागा घेऊ शकते कारण हे पदार्थ शरीराला आवश्यक अशा सर्व घटकांनी परिपूर्ण असे असतात. सॅलडवर घालायची ड्रेसिंग्ज देखिल सात्विक व पौष्टिक असतात.

सर्व अन्नघटकांनी परिपूर्ण असा व जेवणाला पर्याय होणारा सॅलडचा एक नमुना,

- बाऊलच्या तळाशी आपल्या आवडीप्रमाणे सॅलड ग्रीन्स.
- त्यावर गाजर, काकडी, टोमॅटो, मश्रूम्स, ब्रोकोली ह्यापैकी भाज्या.
- प्रोटिन्ससाठी मोडाची कडधान्ये /राजमा / मीट /अंडे.
- मनुका, आक्रोड, बदामाचे काप असा सुकामेवा.
- सफरचंद, अननसाच्या फोडी किंवा सुकवलेले अंजीर.
- बेसिल, ओरेगानो, पुदिना अशी हर्बज.
- पोटभरीसाठी ब्राउन राईस, किनवा किंवा बार्ली.

हे सर्व पदार्थ आपल्या आवडीनुसार सॅलड ग्रीन्सवर एकएक करून घालावे. त्यावर चव येण्यासाठी मेयॉनीज, थाउजंड आयलंड अथवा ऑलिव्ह ऑईल घालून बनवलेले आपल्या आवडीचे सॅलड ड्रेसिंग घालून एकत्र करावे. वरून किसलेले चीज व नटस घालावे. अतिशय पौष्टिक आणि पोटभरीचे सॅलड तयार!

• सजवलेली सॅलडस

आपण कोशिंबिरीवर पांढरेशुभ्र खोबरे व हिरवी कोथिंबीर घालतो तसेच रायत्यावर जिरेपूड किंवा लाल तिखट भुरभुरतो ती त्या कोशिंबिरीची व रायत्याची सजावट असते. जेवताना कापलेल्या काकडी, टोमॅटो, गाजर अशा भाज्यांच्या चकत्या रंगसंगती साधून बशीमध्ये ठेवल्या जातात. अशा तऱ्हेची आकर्षक सजावट हा तर पाश्चात्य सॅलडमधला महत्वाचा भाग आहे.

सॅलड कसे असावे असा जर प्रश्न पडला तर त्याचे उत्तर म्हणजे ते असावे

- रंगीबेरंगी पदार्थांनी सजलेले.
- ताज्या ताज्या भाज्या वापरून केलेले.
- रसरशीत.
- आकर्षक सजावट केलेले.

ही सॅलडस वेगवेगळ्या प्रकारे सजवली व नटवली जातात. ते ठेवण्यासाठी निरनिराळ्या प्रकारच्या बशा वा बाऊल वापरले जातात. काही सॅलडमध्ये त्यातील पदार्थांची आकर्षक अशी मांडणी केली जाते तर काही सॅलड मध्ये रंगसंगती साधून पदार्थांची मांडणी केली जाते.

सॅलड मोल्ड

साहित्य

१ पॅकेट लेमन जेली,
अननसाची १ चकती,
१ मोठा चमचा डाळिंबाचे दाणे,
१ गाजर,
१ कप जाड किसणीवर किसलेला कोबी,
अर्धा कप उकडलेले मटार,
५ /६ बेदाणे,
१ लिंबाचा रस, मीठ,
मिरपूड चवीला
सजावटीसाठी लिंबाच्या चकत्या व थोडी द्राक्षे

कृती

जेलीच्या पाकिटावरच्या सुचना वाचून त्या प्रमाणात पाण्यात जेली विरघळवून घ्यावी. बेदाणे थोडा वेळ भिजत घालावे. गाजराचे चौकोनी तुकडे करून वाफवून घ्यावे. गाजर व बेदाणे फडक्यावर टाकून कोरडे करावे. अननसाचे चौकोनी तुकडे करावे. लिंबाचा रस, मीठ व मिरपूड एकत्र करावे. एका बाऊलमध्ये अननस, गाजर, कोबी, बेदाणे, डाळिंब व मटार घालून त्यात लिंबाचा रस मिसळावा. त्यात सगळ्या भाज्या बुडतील एवढे जेलीचे मिश्रण घालून एकत्र करावे. (जेली जर जास्त झाली तर भाज्या खाली बसतील व वरती फक्त जेली सेट होईल). तयार मिश्रण एका मोल्डमध्ये घालून फ्रीजमध्ये सेट करण्यास ठेवावे. सेट झाल्यावर सॅलड प्लेटमध्ये उलटे करावे व बाजूनी लिंबाच्या चकत्या आणि द्राक्षे घालून सजवावे.

भरले टोमॅटो

साहित्य

४ मोठे कडक टोमॅटो,
६ लेट्युसची पाने,
२ उकडलेले बटाटे,
१ पांढरा कांदा,
अर्धा कप उकडलेल्या चिकनचे लहान तुकडे,
अर्धा कप उकडलेले मटार,
अर्धा कप किसलेले चीज, १ मोठा चमचा मेयॉनीज,
१ लहान चमचा मस्टर्ड,
मीठ, मिरपूड चवीला

कृती

टोमॅटोची डेखाच्या बाजूने चकती कापावी. चमच्याने आतला गर काढून घेउन टोमॅटो उलटे करून ठेवावे. बटाटे सोलून लहान तुकडे करावे व कांदा बारीक कापावा. मटार किंचित कुस्करून घ्यावा. लेट्युसची २ पाने बारीक कापावी.

एका बाऊलमध्ये मेयॉनीज, मस्टर्ड मीठ व मिरपूड घालून फेटावे. त्यात एक एक करून बटाटा, कांदा, मटार, लेट्र्युस, चीज व चिकन घालून एकत्र करावे.

सजावट : एका बशीत लेट्युसची पाने पसरावी. टोमॅटो सुलटे करून त्यात चिकन व भाज्यांचे सारण भरावे व ते लेट्युसच्या पानांवर ठेवावे. खाली हिरवेगार लेट्युस, त्यावर लालबुंद टोमॅटो व त्यात मेयॉनीजचे सारण असा हा आगळा वेगळा आणि आकर्षक सॅलडचा प्रकार बुफे जेवणासाठी अगदी योग्य असा आहे.

रेनबो फ्रूट सॅलड

हे सॅलड इंद्रधनुष्यातील सात रंगाची फळे वापरून केले असल्यामुळे त्याला 'रेनबो सॅलड' असे नाव दिले आहे. सात रंगाच्या फळांनी नटलेले हे सॅलड फारच छान दिसते. मिक्स फ्रूट ज्यूसच्या ड्रेसिंगमुळे तर सॅलडला मस्त चव मिळते.

साहित्य

१० स्ट्रॉबेरीज (तांबडा रंग)
१ संत्रे (नारिंगी रंग), हवाबंद डब्यातल्या अननसाच्या ३ चकत्या (पिवळा रंग),
३ किवी फ्रूट (हिरवा रंग),
१ कप ब्लूबेरीज (निळा रंग),
२ पेअर्स (पांढरा रंग),
५/६ जांभळी द्राक्षं (जांभळा रंग), सॅलडवर घालण्यासाठी अर्धा चमचा प्रत्येकी दालचिनी व वेलदोड्याची पूड

ड्रेसिंगसाठी :
१ कप व्हाईट वाईन,
१ मोठा चमचा मिक्स्ड फ्रूट ज्युस,
१ मोठा चमचा मध,
१ लिंबाचा रस,
१ लहान चमचा किसलेली लिंबाची साल,
१०/१२ पुदिन्याची पाने बरीक चिरून

कृती

स्ट्रॉबेरीचे तुकडे करावे, संत्र्याच्या फोडी सोलून ठेवाव्या, अननसाच्या चकत्यांचे लहान लहान तुकडे करावे, किवी फ्रूटचे साल काढून लहान तुकडे करावे, पेअरचे साल काढून चौकोनी तुकडे करावे. द्राक्षाचे चार चार तुकडे करावे. ही सगळी फळे कापून झाल्यावर वेगवेगळी ठेवावी.

एका बाऊलमध्ये व्हाईट वाईन, फ्रूट ज्यूस, मध, लिंबाचा रस, किसलेली लिंबाची साल व पुदिन्याची पाने असे एकत्र करून ढवळावे. तयार ड्रेसिंग थोडे थोडे करून एकेक प्रकारच्या कापलेल्या फळांवर घालावे. संत्री, किवी, स्ट्रॉबेरी, पेअर ही फळे नाजूक असल्यामुळे त्यात अगदी अलगदपणे ड्रेसिंग मिसळावे लागते.

सजावट : रेनबो सॅलड शक्यतो चौकोनी बशीमध्ये ठेवावे. बशीत सात रंगाच्या फळांच्या ओळी दिसतील अशा तऱ्हेने ड्रेसिंग मिसळलेली फळे इद्रधनुष्याच्या रंगाप्रमाणे एकाशेजारी एक ओळीत मांडावी. त्यावर दालचिनी व वेलदोड्याची पूड भुरभुरून वरून उरलेले ड्रेसिंग घालावे. बशी क्लिंग फिल्मने झाकून फ्रीजमध्ये गार करायला ठेवावी.

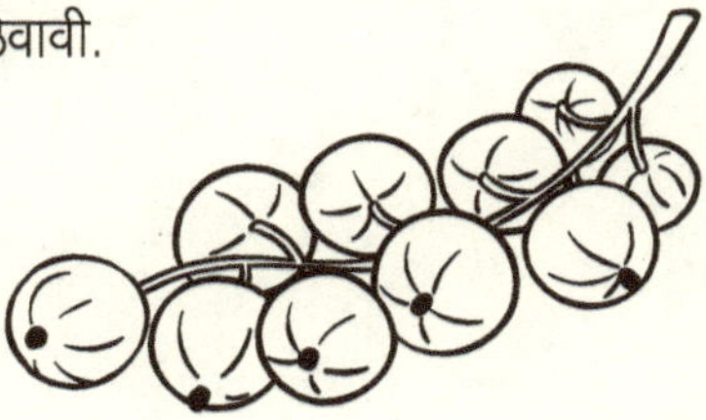

अंड्याचे सॅलड

साहित्य

४ उकडलेली अंडी,
२ टोमॅटो,
१ पांढरा कांदा,
१ चीज क्यूब,
२ मोठे चमचे चिरलेली कोथिंबीर, मीठ, मिरपूड चवीला,
१ कप बारीक चिरलेला कोबी

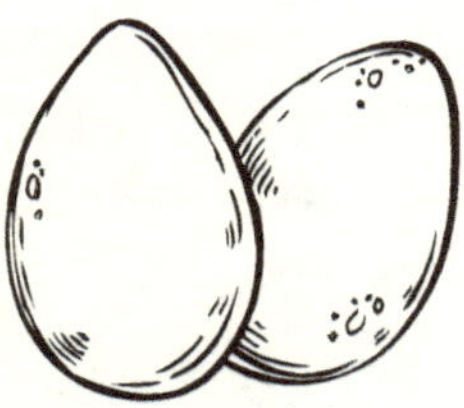

कृती

टोमॅटोचा गर काढून त्याच्या आठ चकत्या कापाव्या. उरलेला टोमॅटो बारीक कापून त्यातला जास्तीचा रस काढून ठेवावा. अंडी सोलून अर्धी कापावी व त्यातले बलक काढून बाजूला ठेवावे. कांदा बारीक चिरून घ्यावा, चीज किसून घ्यावे. एका बाऊलमध्ये टोमॅटोचा गर घालून त्यात अंड्याचे बलक कुस्करून घालावे. त्यात कांदा, निम्मी कोथिंबीर, चीज व मीठ मिरपूड हे सगळे एकत्र करावे. हे सारण अंड्यात दाबून भरावे.

चिरलेल्या कोबीत मीठ, मिरपूड व टोमॅटोचा रस घालून एकत्र करावे.

सजावट: बशीत कोबी पसरून त्यावर टोमॅटोच्या चकत्या ठेवाव्या व प्रत्येक चकतीमध्ये भरलेले अर्धे अंडे उभे करावे. वरून उरलेली कोथिंबीर घालावी. भरली अंडी, त्यातले चीज व टोमॅटो हे कोबीच्या सॅलडबरोबर फार छान लागते.

भाग ७
अराऊंड द वर्ल्ड

अराऊंड द वर्ल्ड

- **देशोदेशीची खास सॅलड्स**

प्रत्येक देशात बनवली जाणारी सॅलडस ही त्या त्या देशात मिळणारे खास पदार्थ वापरून केलेली असतात. नेदरलँड चीजसाठी, इटली पास्तासाठी तर मेक्सिको वेगवेगळ्या बीन्ससाठी प्रसिद्ध आहे. सहाजिकच तिथे बनवल्या जाणाऱ्या सॅलडमध्ये या पदार्थांचा वापर केलेला दिसतो

सॉम टाम सॅलड
(थायलंड)

कंबोडिया, लाओस, व्हिएतनाम, थायलंड या देशांमध्ये कच्च्या पपईचे सॅलड बनवले जाते; पण प्रत्येक देशात ते वेगवेगळ्या नावाने ओळखले जाते. या सॅलडला जगन्मान्यता मिळाली ती मात्र थायलंडमुळे. तिथे त्याला सॉम टाम सॅलड म्हटले जाते. सॉम टाम म्हणजे कच्च्या पपईचे सॅलड ही थायलंडची खासियत आहे. हे सॅलड हिरव्या मिरच्यांमुळे तिखट, पाम शुगरमुळे गोडसर व लिंबाच्या रसामुळे आंबट अशा मिश्र चवीचे होते. त्यात घातले जाणारे ड्रेसिंग हे अगदी वेगळ्याप्रकारे बनवले जाते.

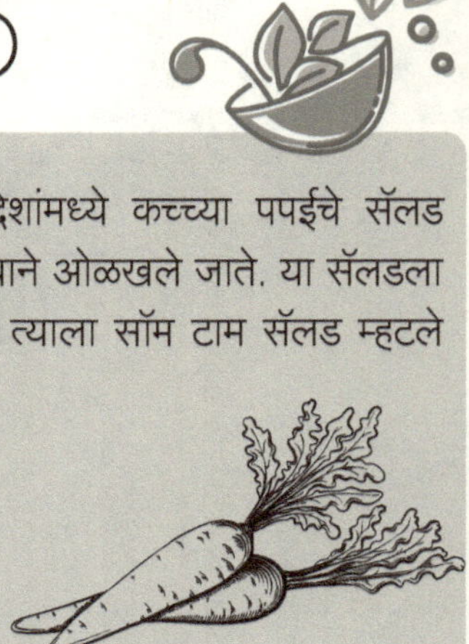

साहित्य

१ मध्यम आकाराची कच्ची पपई,
१ गाजर,
४/५ फरसबीच्या शेंगा,
५ चेरी टोमॅटो,
३ मोठे चमचे भाजलेल्या शेंगदाण्याचे कूट,
६ लसणीच्या पाकळ्या,
६ हिरव्या मिरच्या,
३ मोठे चमचे लिंबाचा रस,
२ मोठे चमचे ब्राउन शुगर ,
२ मोठे चमचे सोया सॉस.
सजावटीसाठी भाजलेले शेंगदाणे व लेट्युस

कृती

पपईचे साल काढून ती किसून घ्यावी. गाजर किसून घ्यावे. लसूण सोलून घ्यावा. फरसबीच्या शिरा काढून २ तुकडे करावे. टोमॅटो व फरसबीचे तुकडे खलबत्त्यात घालून जरासे कुटावे. टोमॅटोचा रस बाहेर आला की काढून घ्यावे.

ड्रेसिंग करण्यासाठी त्याच खलबत्त्यात हिरव्या मिरच्या व लसूण कुटून बारीक करावे. त्यात साखर घालावी व कुटावे. साखर बारीक झाली की सोया सॉस घालून बत्त्याने मिश्रण सारखे करावे.

एका मोठ्या बाऊलमध्ये किसलेली पपई, गाजर, फरसबीचे तुकडे, टोमॅटो व दाण्याचे कूट घालावे. त्यात खलबत्त्यातील तयार ड्रेसिंग घालून हलक्या हाताने एकत्र करावे. तयार सॅलड खोलगट बशीत काढून त्यावर लेट्युसची पाने व शेंगदाणे घालून सॅलड सजवावे.

रोस्टेड पोटॅटो सॅलड
(दक्षिण अफ्रिका)

दक्षिण अफ्रिकेत बार्बेक्यूला ब्राई म्हटले जाते व ब्राई बरोबर रोस्टेड पोटॅटो सॅलड हमखास बनवले जाते . मांस भाजण्यासाठी कोळसे पेटलेलेच असतात त्यामुळे मीट बरोबरच सॅलडमधील भाज्या देखील रोस्ट केल्या जातात. सर्व भाज्या व हर्बज कोळशावर भाजल्यामुळे ह्या सॅलडला वेगळीच चव मिळते.

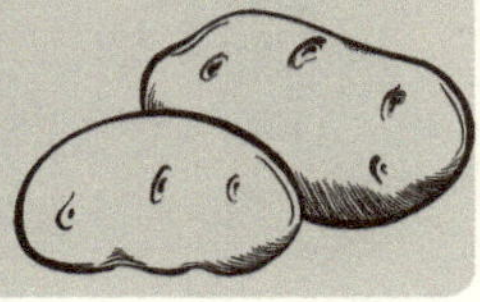

साहित्य

२० लहान बटाटे,
२० ओले हिरवे मिरे,
थाईम, मीठ चवीला,
२ मोठे चमचे ऑलिव्ह ऑईल,
४ मोठे टोमॅटो,
६ लसणीच्या पाकळ्या न सोलता,
२ लाल मिरच्या,
४ पातीचे कांदे- पात काढून टाकावी,
१ मोठा चमचा लिंबचा रस

कृती

बटाटे स्वच्छ धुवून घ्यावे. ऑलिव्ह ऑईलमध्ये बारीक चिरलेले थाईम, लिंबाचा रस व मीठ कालवावे. त्यातले थोडे मिश्रण बटाटयांना व ओल्या मिऱ्यांना चोळावे. मिरे व बटाटे फॉईलमध्ये गुंडाळून कोळशावरच्या जाळीवर ठेवून भाजावे (बटाटे पूर्णपणे शिजले पाहिजेत)

दुसऱ्या फॉईलवर टोमॅटो, लसूण, लाल मिरच्या व पातीचे कांदे पसरावे. त्यावर थोडे ऑलिव्ह ऑईलचे मिश्रण घालून भाजावे. गार झाल्यावर टोमॅटो व लसणीचे साल काढावे. खलबत्त्यात टोमॅटो, लसूण, कांदे, लाल मिरच्या व मीठ घालून जाडसर कुटावे. रोस्ट केलेल्या बटाटे व मिरीला उरलेले ऑलिव्ह ऑईलचे मिश्रण चोळून ते एका खोलगट बशीत ठेवावे. त्यावर खलबत्त्यात कुटलेले कांदा टोमॅटाचे मिश्रण घालून सर्व्ह करावे. हे सॅलड गरम किंवा गार दोन्ही पद्धतीने खाल्ले जाते.

चीज सॅलड (नेदरलँड्स)

चीज ही नेदरलँडची खासियत आहे. तिथे असंख्य प्रकारचे चीज तयार केले जाते व बहुतेक सर्व पदार्थात त्याचा भरपूर वापर केलेला असतो. वेगवेगळ्या प्रकारचे चीज भात, सूप, सॅलडस, बेक्ड भाज्या, बेकरी उत्पादनांमध्ये वापरले जाते.

हे झाले नेहमीचे पदार्थ पण तिथले चीज आईस्क्रीम आणि चीज सॅलड हे दोन अगदी वेगळे आणि मस्त प्रकार होते. सॅलडमध्ये भाज्यांच्या जोडीने एका प्रकारचे व त्यावर घालायच्या ड्रेसिंगमध्ये वेगळ्या प्रकारचे चीज घातले होते. अप्रतीम चवीचे ते सॅलड अगदी आपल्या नावाला साजेसे असेच होते.

साहित्य	कृती
१ कप ब्रोकोलीचे लहान तुकडे, १ काकडी, ४ चेरी टोमॅटो, अर्धा कप गाउडा चीजचे लहान तुकडे, अर्धा कप उकडलेल्या चिकनचे तुकडे, अर्धा कप दही किंवा सावर क्रीम, अर्धा कप मेयॉनीज, अर्धा कप कुस्करलेले चीज, मीठ व मिरपूड	उकळते पाणी घेउन त्यात ब्रोकोलीचे तुकडे घालावे व थोडा वेळ झाकून ठेवावे. गार झाल्यावर फडक्यावर पसरावे. काकडीच्या चकत्या कराव्या. सावर क्रीम, मेयॉनीज, कुस्करलेले चीज, मीठ व मिरपूड एकत्र करून ड्रेसिंग तयार करावे. एका बाऊलमध्ये ब्रोकोली, काकडी, चीजचे तुकडे, चिकन व तयार ड्रेसिंग एकत्र करून कालवावे. काचेच्या बाऊलमध्ये काढून त्यावर चेरी टोमॅटो लावावे.

पीज सॅलड (नॉर्डिक देश)

नॉर्वे, स्वीडन, डेन्मार्क ह्या सगळ्या नॉर्डिक देशातील खाद्यसंस्कृती ही पूर्णपणे तेथील निसर्गाशी निगडित अशी आहे. तिथे मटार, मश्रूम्स, शलगम, बटाटे अशा भाज्या, असंख्य प्रकारच्या बेरीज व राय बार्ली अशी धान्ये पिकतात. तिथे मिळणाऱ्या मटाराच्या शेंगा चांगल्या वीतभर लांबीच्या असून त्यातले दाणेही टपोरे आणि गोड असतात. ह्या लोकांच्या रोजच्या जेवणात ताजे मटार, चीज, लोणी असे दुग्धजन्य पदार्थ, रेनडियरचे मीट व रायचा ब्रेड हे पदार्थ ह्या ना त्या प्रकारे वापरलेले असतात. तसेच बहुतेक सर्व पदार्थात डीलच्या पानांचा भरपूर वापर केलेला असतो.

वरील पदार्थ वापरून केले जाणारे लोकप्रिय सॅलड म्हणजे नॉर्डिक पीज सॅलड. या सॅलडमध्ये रेनडिअर मीट व रायचा ब्रेड वापरला जातो; पण हे पदार्थ सगळीकडे मिळत नसल्यामुळे त्याला पर्याय म्हणून या सॅलडमध्ये चिकन व साधा ब्रेड वापरला आहे.

साहित्य

२ कप मटाराचे दाणे,
१०/१२ पालकची कोवळी पाने,
२ स्लाईस रायचा ब्रेड,
अर्धा कप किसलेले चीज,
६/७ लाल रंगाच्या बेरीज,
१ कप उकडलेल्या चिकनचे तुकडे,
अर्धा कप ऑलिव्ह ऑईल,
२ मोठे चमचे बाल्सामिक व्हिनिगर,
चवीला मीठ, मिरपूड,
१ मोठा चमचा डीलची पाने
ब्रेड व चिकन परतण्यासाठी बटर

कृती

मटारचे दाणे उकडून घ्यावे. डीलची पाने बारीक चिरून घ्यावी. ब्रेडचे चौकोनी तुकडे करावे व बटरमध्ये कुरकुरीत होईपर्यंत परतून घ्यावे. राहिलेल्या बटरमध्ये चिकनचे तुकडे जरासे परतून घ्यावे. ड्रेसिंगसाठी बाल्सामिक व्हिनिगरमध्ये ऑलिव्ह ऑईल, डील, मीठ व मिरपूड घालून फेटावे. एका बाऊलमध्ये मटार, पालकची पाने, ब्रेड आणि चिकन घालावे व त्यावर ड्रेसिंग ओतून हलक्या हाताने एकत्र करावे. तयार सॅलड एका खोलगट बशीत काढून किसलेल्या चीज व बेरीजने सजवावे.

टस्कन ब्रेड सॅलड (panzanella)

आपल्याकडे ब्रेड उरला की आपण तो कुस्करून फोडणीला टाकतो किंवा कटलेटमध्ये घालतो तसे इटालियन बायका ब्रेड उरला की तो सॅलडमध्ये घालतात. घरात कांदे व टोमॅटो असतातच त्यात ब्रेड घालून त्या सॅलड करतात. आयत्या वेळी करण्याचे हे सॅलड इटलीमध्ये खूपच लोकप्रीय आहे. मूळ सॅलडमध्ये कांदा , टोमॅटो व ब्रेड हे तीनच पदार्थ वापरलेले जात असत; पण आता त्यात इतर भाज्या, चीज, हर्बज असे वेगवेगळे पदार्थ घातले जातात. ह्या सॅलडचे मुख्य गमक म्हणजे त्यातला कुरकुरीत ब्रेड. त्यासाठी तो ओव्हनमध्ये भाजून अथवा ऑलिव्ह ऑईलमध्ये परतून घेतला जातो.

साहित्य	कृती
३ कप ब्रेड क्युब्ज, १ कांदा, १ मोठा टोमॅटो, १ काकडी, १ पिवळ्या रंगाची भोपळी मिरची, १०/१५ बेसिलची पाने, अर्धा कप चीज पावडर, मीठ व मिरपूड चवीला, ब्रेड परतण्यासाठी ऑलिव्ह ऑईल किंवा बटर **ड्रेसिंग : ३ मोठे चमचे व्हिनिगर, १ मोठा चमचा ऑलिव्ह ऑईल, प्रत्येकी १ लहान चमचा लसूण पेस्ट व मस्टर्ड, चवीला मीठ व मिरपूड. हे सर्व पदार्थ एकत्र करून फेटावे.**	ब्रेडचे क्यूब्ज भाजून अथवा परतून घ्यावे. ब्रेड भाजायचा असेल तर त्याला मीठ घातलेले ऑलिव्ह ऑईल चोळून मग तो भाजावा. बटरमध्ये परतल्यास त्याला बटरमधल्या मिठाची चव लागेल. एका बाऊलमध्ये कांदा, टोमॅटो, काकडी, भोपळी मिरच्या, बेसिलची पाने, चीज पावडर, मीठ व मिरपूड असे घालावे. त्यावर सॅलड ड्रेसिंग घालून एकत्र करावे. आयत्यावेळी त्यात कुरकुरीत ब्रेड क्यूब्ज घालावे.

थ्री बीन्स सॅलड (मेक्सिको)

प्रत्येक देशच्या खाद्यपदार्थांमध्ये वेगवेगळ्या बीन्सचा/ कडधान्यांचा वापर केला जातो. जसे आपल्याकडे चवळी, अरब देशात छोले, इजिप्तमध्ये फावा बीन्स, ग्रीसमध्ये मसूर तसे मेक्सिकोमध्ये पंधरा वीस प्रकारचे बीन्स वापरले जातात. बीन्स म्हणजे मेक्सिकन खाद्यसंस्कृतीमधील एक महत्वाचा घटक आहे. त्यापैकी रेड बीन्स, लिमाबीन्स, पिन्टो बीन्स, बटरबीन्स, किडनी बीन्स हे काही ऐकिवात असलेले बीन्स. तिथे काळे, तपकिरी, पांढरे असे वेगवेगळ्या

रंगाचे बीन्स मिळतात. आपल्याकडे मिळणाऱ्या राजमासारखे किडनी बीन्स व बदामी रंगाचे पिंटो बीन्स तिथे खूप वापरले जातात. सुगीच्या दिवसात ह्या बीन्सच्या ताज्या शेंगा मिळतात बहुतेक पदार्थात वाळवलेले बीन्स भिजवून वापरले जातात.

साहित्य

अर्धा कप प्रत्येकी राजमा, बटरबीन्स आणि पिंटोबीन्स, १ हिरवी, १ लाल भोपळी मिरची, १ कांदा, १ ॲव्होकाडो, अर्धा कप चिरलेली कोथिंबीर

ड्रेसिंगसाठी : २ मोठे चमचे ऑलिव्ह ऑईल, १ मोठा चमचा वाईन व्हिनिगर, १ मोठा चमचा संत्र्याचा रस, १ मोठा चमचा लिंबाचा रस, १ मोठा चमचा पिठीसाखर, २ लसूण पाकळ्या वाटून, अर्धा लहान चमचा प्रत्येकी लाल तिखट व जिरेपूड (वरील सर्व जिन्नस एकत्र करून फेटावे.)

कृती

ॲव्होकाडोचे लहान तुकडे करावे. राजमा, बटरबीन्स आणि पिंटोबीन्स ७/८ तास वेगवेगळे भिजत घालावे. भिजल्यावर मिठाच्या पाण्यात वेगवेगळे उकडून घ्यावे. गार झाल्यावर चाळणीत घालून निथळावे व एकत्र करावे. भोपळी मिरच्या व कांदा बारीक कापून बीन्समध्ये मिसळावा. त्यात तयार ड्रेसिंग घालून सॅलड फ्रीजमध्ये गार करण्यास ठेवावे. सॅलड ड्रेसिंगमध्ये बीन्स व भाज्या चांगल्या मुरल्या पाहिजेत म्हणजे सॅलडला चांगली चव येईल. गार झाल्यावर दुसऱ्या बाऊलमध्ये काढावे व आयत्यावेळी त्यात कोथिंबीर व ॲव्होकाडोचे तुकडे मिसळावे.

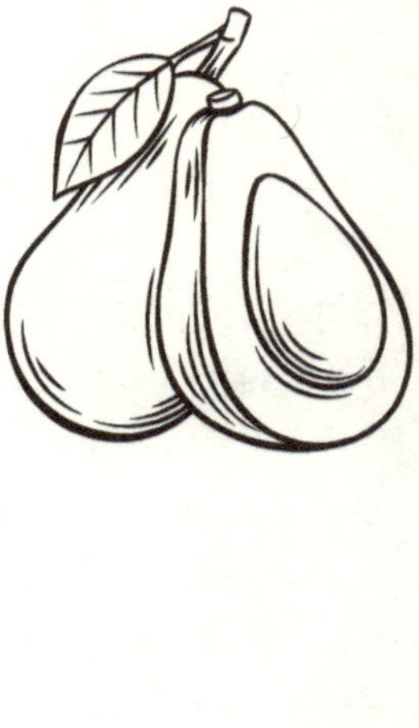

• जगप्रसिद्ध सॅलडस

सॅलड हा जगात सर्वत्र खाल्ला जाणारा पदार्थ आहे. प्रत्येक देशात त्यांच्या खाद्यसंस्कृतीप्रमाणे त्या सॅलडची नावे वेगवेगळी व त्यात घालायचे पदार्थ वेगळे आहेत. त्यापैकी काही सॅलडस अशी आहेत की ती त्यांच्या देशाबाहेर देखिल खूप लोकप्रिय आहेत. सगळ्याच देशात मूळ सॅलडमधील पदार्थ मिळतातच असे नाही व त्यावेळी त्याला पर्यायी पदार्थ शोधले जातात. काहीवेळा त्या त्या देशाच्या खाद्यसंस्कृतीप्रमाणे सॅलडमध्ये बदल देखील केले जातात पण त्याला नाव मात्र मूळ सॅलडचेच राहाते. ह्याचे उत्तम उदाहरण म्हणजे 'रशियन सॅलड'. बहुतेक सर्व देशात हे सॅलड 'रशियन सॅलड' ह्या नावानेच बनवले जाते पण त्यात मूळ सॅलडपेक्षा बरेच बदल केलेले दिसतात.

सगळ्या सॅलडमध्ये असा एक खास पदार्थ असतो की त्या पदार्थामुळे त्या सॅलडला खरी चव मिळते. जसे ग्रीक सॅलड मधील फेटा चीज किंवा अरेबिक सॅलडमधील झातर व सुमॅक ही हर्बज. फेटा चीज सगळीकडे मिळतेच असे नाही त्यामुळे त्याला पर्याय म्हणून दुसरे चीज वापरले जाते. काही सॅलडमध्ये वाईन वापरली जाते ती बऱ्याच देशात वगळली जाते. ओरेगानो, थाईम, डील अशी हर्बज् किंवा अॅव्होकाडो सारख्या भाज्या सगळीकडे मिळतातच असे नाही. अशावेळी ते पदार्थ वगळून सॅलड बनवले जाते.

ह्या जगप्रसिद्ध सॅलडसना जी नावे मिळाली आहेत त्याबद्दलची माहिती फारच रंजक आहे. काही सॅलडसना ते सर्वप्रथम ज्या हॉटेलमध्ये बनवले गेले त्या हॉटेलचे, सर्वप्रथम ज्या गावात बनवले गेले त्या गावाचे तर काहींना ती ज्या शेफनी बनवली त्या शेफचे अशी नावे मिळाली आहेत.

- न्यूयॉर्क येथील वॉल्डॉर्फ अॅस्टोरिया रेस्टॉरंट–वॉल्डॉर्फ सॅलड
- हॉलिवूडमधील 'ब्राउन डर्बी' ह्या प्रसिद्ध रेस्टॉरंटचे मालक रॉबर्ट कॉब–कॉब्ज सॅलड
- सीझर्स पॅलेस रेस्टॉरंटचे इटालियन मालक व शेफ सीझर कार्दिनी–सीझर्स सॅलड.
- इराणमधील शिराझ हे गाव–शिराझी सॅलड.
- रशियन सॅलडचे जनक शेफ ऑलिव्हर–ऑलिव्हर सॅलड.
- टस्कन हा मध्य इटलीमधला प्रभाग–टस्कन ब्रेड सॅलड

कोलस्लॉ सॅलड

कोबी आणि मेयॉनीज हे कोलस्लॉ सॅलडमधले दोन मुख्य पदार्थ आहेत. हे दोन्ही पदार्थ पांढऱ्या रंगाचे असल्यामुळे त्यात केशरी गाजर व जांभळा कोबी घातला जातो. रंगीबेरंगी कोलस्लॉ सॅलड दिसते तर छानच पण अतिशय चवदार असते. हे सॅलड नुसते तर खाल्ले जातेच; पण ते बर्गर अथवा रोस्ट मीटबरोबर किंवा सँडविचमधे घालण्यास वापरले जाते. उन्हाळ्याच्या दिवसात खाण्यासाठे हे थंडगार कोलस्लॉ सॅलड फार चांगले.

डच भाषेत कूल (kool) म्हणजे कोबी व कूलस्ला (koolsla) म्हणजे कोबीचे सॅलड. त्यावरून ह्या कोबीच्या सॅलडला कोलस्लॉ हे नाव मिळाले.

साहित्य

अर्धा कप पातळ चिरलेला जांभळा कोबी,
१ कप पातळ आणि उभा चिरलेला पांढरा कोबी,
१ मोठे गाजर किसून,
ड्रेसिंगसाठी : २ मोठे चमचे ऑलिव्हचे तेल,
२ मोठे चमचे व्हिनिगर,
१ मोठा चमचा मध अथवा १ लहान चमचा साखर,
४ मोठे चमचे मेयॉनीज,
१ मोठा चमचा मस्टर्ड,
चवीला मीठ मिरपूड

कृती

एका मोठ्या बाऊलमध्ये व्हिनिगर, मेयॉनीज, ऑलिव्हचे तेल, साखर, मस्टर्ड, मीठ व मिरपूड एकत्र करून हलके होईपर्यंत फेटावे. त्यात कोबी व गाजर घालून कालवावे व फ्रीझमध्ये गार करण्यास ठेवावे.

वॉल्डॉर्फ सॅलड

वॉल्डॉर्फ सॅलडचा जन्म १८८६ साली न्यूयॉर्कच्या वॉल्डॉर्फ ॲस्टोरिया या हॉटेलमध्ये झाला. न्यूयॉर्कमधील एका लहान मुलांच्या हॉस्पिटलच्या मदतीसाठी एक जेवण ठेवले होते व त्याचे कंत्राट वॉल्डॉर्फ ॲस्टोरिया रेस्टॉरंटकडे होते. त्यासाठी हॉटेलचे मॅनेजर ऑस्कर ह्यांनी फक्त सफरचंद, सेलरी आणि मेयॉनीज हे तीन पदार्थ वापरून एक सॅलड बनवले. हे सॅलड त्या जेवणाला आलेल्या लोकांना अतिशय आवडले व त्यांनी ऑस्करचे खूप कौतुक केले. त्यानंतर ह्या सॅलडला इतकी प्रसिद्धी मिळाली की ते वॉल्डॉर्फ सॅलड या नावाने प्रचलित झाले. हे सॅलड वॉल्डॉर्फ ॲस्टोरिया रेस्टॉरंटमधला एक खास पदार्थ म्हणून ओळखला जाऊ लागला.

काही दिवसांनी ह्या लोकप्रिय सॅलडची कृती एका मासिकात प्रसिद्ध झाली व त्यात त्यांनी सफरचंद, सेलरी व मेयॉनीजच्या जोडीला अक्रोड व मनुका घातल्या. आता तर या सॅलडमध्ये द्राक्षे, चिकन, काकडी, बटाटा, बेदाणे, बदाम असे निरनिराळे पदार्थ वापरले जातात व ते 'चिकन वॉल्डॉर्फ सॅलड', 'मॉम्स वॉल्डॉर्फ सॅलड', 'न्यू अमेरिकन वॉल्डॉर्फ सॅलड' अशा विविध नावांने ओळखले जाते.

साहित्य

२ मोठे चमचे मेयॉनीज,
२ मोठे चमचे ताजे दही,
सेलरी,
२ सफरचंदे,
२ मोठे चमचे भरून अक्रोडाचे तुकडे,
१० मनुका,
१ लहान चमचा मध,
मीठ, मिरपूड चवीला
लेट्युसची पाने

कृती

सेलरीची पाने हाताने तोडून घ्यावी. सफरचंदाचा मधला भाग काढून त्याचे सालासकट चौकोनी तुकडे करावे. अक्रोडाचे तुकडे किंचित भाजून घ्यावे. मनुका थोडावेळ पाण्यात भिजवून घ्याव्या. एका बाऊलमध्ये मेयॉनीज, दही, मध व मीठ मिरपूड हे एकत्र करून फेटावे. त्यात अक्रोड, मनुका, सेलरी व सफरचंदाचे तुकडे घालावे. एका खोलगट बशीत लेट्युसची पाने ठेवावी व त्यावर तयार सॅलड घालून गार करावे.

ग्रीक सॅलड
(Horiatiki)

हे एक पारंपरिक ग्रीक सॅलड आहे. समुद्राकाठच्या दमट व गरम हवेत शरीराला थंडावा देण्यासाठी ग्रीक सॅलडची निर्मिती झाली. हे सॅलड व त्याचे ड्रेसिंग बनवायला अतिशय सोपे आहे; मात्र त्यात वापरल्या जाणाऱ्या भाज्या अगदी ताज्या व कुरकरीत असणे आवश्यक आहे. ग्रीक सॅलडमधील भाज्या सुबक कापणे महत्त्वाचे आहे. विशेष म्हणजे त्यातली प्रत्येक भाजी ही वेगवेगळ्या आकाराची कापली जाते व त्यामुळे सॅलडला एकप्रकारचे वेगळेच रूप प्राप्त होते.

साहित्य

१ मोठा टोमॅटो
किंवा ५ ते ६ चेरी टोमॅटो,
१ काकडी,
२ लहान आकाराच्या भोपळी मिरच्या,
१ लाल कांदा,
१० ऑलिव्हज,
फेटा चीजचे १० तुकडे,
१ मोठा चमचा ओरेगानोची भरड पूड,
ड्रेसिंगसाठी :
४ मोठे चमचे एक्ट्रा व्हर्जिन ऑलिव्ह ऑईल, २ मोठे चमचे रेड वाईन व्हिनिगर,
चवीला मीठ मिरपूड

कृती

मोठा टोमॅटो घेतला असेल तर त्यातल्या बिया काढून त्याचे उभे ८ तुकडे करावे. चेरी टोमॅटो घेतले असतील त्याचे दोन दोन भाग करावे. काकडीचे साल काढून अर्धगोलाकार चकत्या कराव्या. भोपळी मिरचीच्या पातळ चकत्या (रिंग्ज) करून त्यातले बी काढून टाकावे. कांदा उभा चिरून हाताने मोकळा करावा. एका बाऊलमध्ये कापलेल्या भाज्या, ऑलिव्हज व फेटा चीजचे दोन तुकडे कुस्करून घालावे. त्यात ओरेगानोची पूड व थोडे मीठ, मिरपूड घालावे.

दुसऱ्या बाऊलमध्ये एक्ट्रा व्हर्जिन ऑलिव्ह ऑईल, रेड वाईन व्हिनिगर, मीठ व मिरपूड एकत्र करून खूप फेटावे. हे ड्रेसिंग भाज्यावर ओतून घालून हलक्या हाताने एकत्र करावे. तयार सॅलड मोठ्या खोलगट बशीत काढावे व त्यावर उरलेले फेटा चीजचे तुकडे ठेवावे. हे सॅलड गार केले नाही तरी चालते.

कॉब्ज सॅलड

'ब्राऊन डर्बी' हे हॉलिवूडमधील एक प्रसिद्ध रेस्टॉरंट. त्या रेस्टॉरंटचा मालक रॉबर्ट कॉब हा एके दिवशी मध्यरात्रीपर्यंत काम करत बसला होता व कामाच्या नादात तो खाणे देखिल विसरला होता. काम संपल्यावर भुकेची जाणीव झाली म्हणून तो रेस्टॉरंटच्या मुदपाकखान्यात गेला. त्यावेळी त्याला पचायला हलके व पोट भरेल असे खाणे हवे होते. तिथे त्याला शिल्लक राहिलेले ग्रील्ड चिकन, बेकन, चीज, उकडलेली अंडी, ॲव्हाकाडो व काही भाज्या, रेड वाईन व्हिनिगरेट असे निरनिराळे पदार्थ मिळाले. ते पदार्थ वापरून कॉबने स्वत:साठी एक सॅलड बनवले आणि 'कॉब्ज सॅलडचा' जन्म झाला. ही गोष्ट साधारणपणे १९३० ची. तेंव्हापासून ब्राऊन डर्बी रेस्टॉरंटमध्ये हे पदार्थ वापरून एक नवीन प्रकारचे सॅलड बनू लागले व त्याला कॉब्ज सॅलड असे नाव मिळाले.

साहित्य

बोनलेस चिकनचे २ मोठे तुकडे,
२ मोठे चमचे सोया सॉस,
१ मोठा चमचा बारीक कापलेली रोझमेरी,
३ लसूण पाकळ्या बारीक चिरून,
१ मोठा चमचा ऑलिव्ह ऑईल,
मीठ, मिरपूड चवीला

ग्रील्ड चिकन

कृती

चिकनच्या तुकड्यांना सुरीने चिरा पाडाव्या. सोया सॉस, रोझमेरी, लसूण, ऑलिव्ह ऑईल, मीठ व मिरपूड एकत्र करावे. ह्या मिश्रणात चिकन तासभर मुरत ठेवावे. मुरल्यावर कोळशावर अथवा ओव्हनमध्ये ग्रील करावे.

सॅलड ड्रेसिंग

साहित्य

अर्धा कप एक्स्ट्रा व्हर्जिन ऑलिव्ह ऑईल,
३ मोठे चमचे रेड वाईन व्हिनिगरेट,
२ मोठे चमचे मस्टर्ड,
१ मोठा चमचा मध,
मीठ, मिरपूड चवीला

कृती

एका बाऊलमध्ये ऑलिव्ह ऑईल, रेड वाईन व्हिनिगरेट, मस्टर्ड, मध, मीठ व मिरपूड असे एकत्र करून फेटावे.

सॅलड

साहित्य

बेकनचे ४ स्लाईस,
३ टोमॅटो,
१ अ‍ॅव्हाकाडो,
१ मोठा कांदा,
३ उकडलेली अंडी,
१०/१२ लेट्युसची पाने

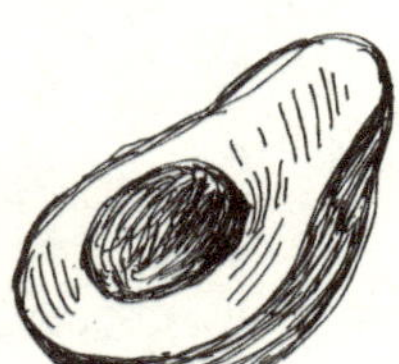

कृती

बेकनच्या उभ्या पट्ट्या कापून फ्राईंग पॅनमध्ये कुरकुरीत होईपर्यंत परताव्या. टोमॅटोचे चार-चार तुकडे करावे. कांदा उभा कापावा. उकडलेल्या अंड्याचे उभे दोन भाग करावे. लेट्युसची पाने हाताने तोडून घ्यावी. अ‍ॅव्हाकाडोमधले बी काढून त्याचे तुकडे करावे.

सॅलड लावणे : एका मोठ्या खोलगट बशीत लेट्युसची पाने पसरावी व त्यावर थोडे ड्रेसिंग घालावे. लेट्युसच्या पानांवर एका बाजूला ग्रील केलेले चिकनचे तुकडे ठेवावे. चिकनच्या बाजूला बेकन, अ‍ॅव्होकाडोचे तुकडे, टोमॅटोच्या फोडी, कांदा व उकडलेली अंडी ठेवावी. त्यावर ड्रेसिंग घालावे. शिल्लक राहिलेले सॅलड ड्रेसिंग लहान बाऊलमध्ये घालून सॅलड बरोबर सर्व्ह करावे.

सीझर्स सॅलड

सीझर कार्दिनी ह्या इटालियन शेफनी मेक्सिकोमधील तिजुआना ह्या गावी' सीझर्स पॅलेस' ह्या नावानी एक रेस्टॉरंट सुरू केले. सीझरची मुलगी रोझा सांगते की तिच्या वडिलांनी ४ जुलै १९२४ ह्या दिवशी सीझर्स पॅलेसमध्ये हे सॅलड पहिल्यांदा बनवले.

४ जुलै हा अमेरिकेचा स्वातंत्रदिन व तो साजरा करण्यासाठी सीझर्स पॅलेसमध्ये त्या दिवशी अमेरिकन लोकांची खूप गर्दी झाली होती. इतकी गर्दी की रेस्टॉरंटमधील अनेक पदार्थ संपले. अशावेळी सीझर डगमगून गेला नाही तर त्याने आपली कल्पनाशक्ती लढवून किचनमध्ये जे काही पदार्थ उपलब्ध होते त्यापासून सॅलड व त्यावर घालायचे ड्रेसिंग बनवले. ते सॅलड लोकांना इतके आवडले की त्यांनी त्याचे' सीझर्स सॅलड' असे नामकरण करून टाकले. त्यानंतर सीझर्स पॅलेसमध्ये असे सॅलड रोज बनू लागले. सीझर्स सॅलडमधे फक्त लेट्युस व ब्रेड हे दोनच पदार्थ असले तरी त्याला खरी चव त्यात घातलेल्या ड्रेसिंगमुळे व त्यातल्या अँचोविस सॉसमुळे मिळते. मासे न खाणाऱ्या लोकांसाठी सीझर्स सॅलेड बनवताना त्यात ऑचोविस पेस्ट घातली नाही तरी ते चविष्ट लागते. (अँचोविस म्हणजे मांदेली. ह्या माशामध्ये ओमेगा ३ व भरपूर प्रथिने असल्यामुळे अनेक पदार्थात त्याची पेस्ट, सॉस वा तुकडे वापरले जातात.)

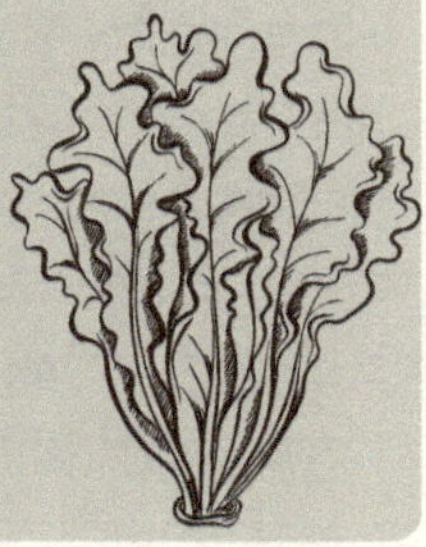

साहित्य

१ गड्डा रोमैन लेट्युस, ३ स्लाईस ब्रेड, ब्रेड तळण्यासाठी तेल

ड्रेसिंगसाठी : १ कप मेयॉनीज, १ लहान चमचा प्रत्येकी वूस्टरशायर सॉस, मस्टर्ड आणि अँचोविस पेस्ट . ६ लसूण पाकळ्या, ६ मोठे चमचे पारमेसान चीज, १ मोठा चमचा लिंबाचा रस, २ मोठे चमचे ऑलिव्ह ऑईल, मीठ, मिरपूड चवीला

कृती

ब्रेडचे साधारणपणे एक इंचाचे चौकोनी तुकडे करावे. लेट्युसची पाने निवडून त्याचे हाताने तुकडे करून घ्यावे. सहा पैकी ३ लसूण पाकळ्या ठेचून घ्याव्या व उरलेल्यांचे दोन दोन तुकडे करावे.

लसणीचे तुकडे व ब्रेडचे तुकडे तेलात तांबूस रंगावर तळून घ्यावे. त्यावर थोडे मीठ व मीरपूड घालवी. एका बाऊलमध्ये मेयॉनीज, वूस्टरशायर सॉस, मस्टर्ड, अँचोविस पेस्ट, ठेचलेला लसूण, निम्मे पारमेसान चीज, लिंबाचा रस, ऑलिव्ह ऑईल, मीठ व मिरपूड असे एकत्र करून हलके होईपर्यंत फेटावे व फ्रीजमध्ये किमान दोन तास तरी गार करावे.

एका बाऊलमध्ये लेट्युस घालून त्यावर थोडे ड्रेसिंग घालावे. उरलेले ड्रेसिंग तळलेल्या ब्रेडच्या तुकड्यांवर घालावे. ड्रेसिंग घातलेले लेट्युस व ब्रेड हलक्या हाताने एकत्र करावे. वरून उरलेले निम्मे पारमेसान चीज घालावे.

• अरेबिक सॅलड्स

मला अरेबिक सॅलडस् कोशिंबिरींशी जास्त मिळतीजुळती वाटतात त्यामुळे मी त्यांना 'अरबी कोशिंबिरी' म्हणते. करायला अतिशय सोप्या अशा या कोशिंबिरी म्हणजे अरबी जेवणातला एक मुख्य भाग आहे. त्यांच्या रोजच्या जेवणात दोन ते तीन प्रकारच्या कोशिंबिरी बनवल्या जातात व त्या जेवणाच्या सुरूवातीला, मीटच्या मुख्य पदार्थाबरोबर, कबाबबरोबर वा बिर्याणीबरोबर अशा खाल्ल्या जातात.

अरब देशात तेथील उन्हाळ्यात शरीराला थंडावा देणाऱ्या काकडी, कांदा ,पुदिना या भाज्यांचा वेगवेगळ्या कोशिंबिरीत भरपूर वापर केलेला असतो. या शिवाय त्यात छोले, सेलरी, टोमॅटो, वांगी ह्या भाज्या, सुकामेवा व तळलेला पिटा ब्रेड असे पदार्थ देखिल घातले जातात. कोशिंबिरी मिळून येण्यासाठी त्यात ऑलिव्हचे तेल व लिंबाचा रस तसेच सुमॅक व झातर हे अरबी मसाले घातले जातात. या मसाल्यांमुळे अरबी कोशिंबिरींना वेगळी चव मिळते.

▪ **अरेबिक सॅलड ड्रेसिंग :** ३ मोठे चमचे ऑलिव्ह ऑईल, १ मोठा चमचा लिंबाचा रस, अर्धा लहान चमचा सुमॅक, ३ लसूण पाकळ्या ठेचून, मीठ व मिरपूड चवीला. हे सर्व पदार्थ एका बाटलीत घालून झाकण लावावे व बाटली हलवावी. हे सॅलड ड्रेसिंग फ्रीजमध्ये ठेवले असता २/३ दिवस टिकते.

बऱ्याच अरबी कोशिंबीरीसाठी असे ड्रेसिंग वापरले जाते. अरबी घरात असे ड्रेसिंग कायम फ्रीजमध्ये करून ठेवलेले असते व आयत्यावेळी सॅलडमध्ये मिसळायला ते उपयोगी पडते. असे ऐकले आहे की कोशिंबिरी करताना अरबी लोक देखिल कोशिंबिरी आपल्या सारखे हाताने कालवतात

सर्व अरब देशात जेवणाच्या सुरूवातील लहान लहान बशांमधून वेगवेगळी सॅलडस् व ब्रेड देण्याची पद्धत आहे. त्याला 'मेझ' असे म्हणले जाते. फत्तुश व तबुले ह्या दोन अतिशय लोकप्रिय अशा अरेबिक कोशिंबिरी असून त्यांच्याशिवाय अरबी जेवण पूर्ण होऊ शकत नाही. अतिशय चविष्ट व पौष्टिक अशा ह्या कोशिंबिरी म्हणजे मेझचा अविभाज्य भाग आहेत. फत्तुश मध्ये घातलेल्या पिटा ब्रेडमुळे व तबुले मधील दलियामुळे या कोशिंबिरी पोटभरीच्या अशा होतात.

या पोटभरीच्या कोशिंबीरीवरून मला एक मजा आठवली. आम्ही जेंव्हा ओमान अझरबैजान, इजिप्त अशा देशात प्रवासाला गेलो तेव्हा जेवणाच्या वेळी टेबलवर दोन तीन प्रकारच्या कोशिंबिरी व ब्रेड असे आणून ठेवले जायचे. त्यानंतर बऱ्याच वेळाने जेवणातले मुख्य पदार्थ एक एक करून आणले जायचे. अरेबिक जेवणाची ही पद्धत आम्हाला माहीत नसल्याने पहिली सॅलडस् खाउनच आमचे पोट भरायचे व नंतरचे खाचापुरी, कबाब, बिर्याणी असे एकाहून एक चविष्ट पदार्थ खाण्यासाठी पोटात जागाच नसायची. आता ही पद्धत माहीत झाल्यामुळे आम्ही कोणत्याही अरब देशात गेलो की सुरूवातीला आलेली सॅलडस बेताने खाउन नंतरच्या जेवणाचा पुरेपूर आस्वाद घ्यायला शिकलो आहे.

सलाता खद्रा
(salata Khadra)

बहुतेक अरब कुटुंबात रोज बनवले जाणारे सलाता खद्रा हे सॅलड करायला अगदी सोपे आहे. ह्यात घातल्या जाणाऱ्या सुमॅकमुळे त्याला वेगळी चव मिळते. सुमॅक हा एक अरबी मसाला असून तो सुमॅकच्या झुडपावर लागलेल्या बेरीजपासून बनवलेला असतो.

साहित्य

२ काकड्या, २ टोमॅटो,
१ पांढरा कांदा,
प्रत्येकी २ मोठे चमचे बारीक चिरलेला पुदिना व पार्सले,
१ मोठा चमचा एक्स्ट्रा व्हर्जिन ऑलिव्ह ऑईल,
अर्ध्या लिंबाचा रस,
१ लहान चमचा सुमॅक,
चवीला मीठ, मिरपूड

कृती

काकडीच्या व टोमॅटोच्या बिया काढून त्याचे लहान लहान चौकोनी तुकडे करावे. कांदा बारीक चिरून घ्यावा. एका बाऊलमध्ये कापलेल्या भाज्या, पार्सले व पुदिना एकत्र करावा. त्यात ऑलिव्ह ऑईल, लिंबाचा रस, मीठ, मीरपूड आणि सुमॅक घलून कालवावे.

तबुले
(Tabbouleh)

ह्या सॅलडचे वैशिष्ट्य म्हणजे त्यात पुदिना आणि पार्सलेचा उपयोग ते सजवण्यासाठी न करता सॅलडमधील एक महत्वाचा पदार्थ म्हणून केला जातो.

साहित्य

२ कप निवडलेली पार्सले,
१ कप पुदिन्याची पाने,
१ मोठा टोमॅटो,
१ कांदा, १ काकडी
२ चमचे दलिया,
३ मोठे चमचे ऑलिव्हचे तेल,
१ मोठा चमचा लिंबाचा रस,
अर्धा लहान चमचा सुमॅक पावडर,
मीठ व मिरपूड चवीला

कृती

पार्सले व पुदिना बारीक चिरून घ्यावा. कांदा, काकडी व टोमॅटोचे लहान तुकडे करावे. दलिया कोमट पाण्यात भिजत घालावा. तासाभराने चांगला फुगला की वाफवून घ्यावा. गार झाल्यावर हाताने मोकळा करावा. एका बाऊलमध्ये ऑलिव्हचे तेल, लिंबाचा रस, सुमॅक पावडर, मीठ व मिरपूड घालून फेटावे. दुसऱ्या बाऊलमध्ये दलिया घालावा. त्यात सर्व भाज्या घालून एकत्र करावे. त्यावर ऑलिव्ह ऑईलचे मिश्रण घालून कालवावे.

फत्तुश (Fattoush)

साहित्य

२ काकड्या,
१ लाल कांदा,
२ मोठे टोमॅटो,
पिटा ब्रेडचे १०/ १२ लहान तुकडे,
अर्धा कप फेटा चीजचे तुकडे,
१ कप पार्सले,
अर्धा कप पुदिना,
चवीसाठी मीठ

कृती

काकडीच्या बिया काढून चौकोनी तुकडे करावे. कांदा व टोमॅटो बारीक कापावा. पार्सले व पुदिना बारीक चिरून घ्यावा. फेटा चीज कुस्करून घ्यावे. एका पॅनमध्ये लोणी किंवा ऑलिव्ह ऑईल घालून त्यात पिटा ब्रेडचे तुकडे लालसर होईपर्यंत शॅलो फ्राय करावे. ऑलिव्ह ऑईल, लिंबाचा रस, सुमॅक, ठेचलेल्या लसूण पाकळ्या मीठ व मिरपूड असे एकत्र करून फेटावे. एका बाऊलमध्ये कापलेल्या भाज्या एकत्र कराव्या व त्यात ऑलिव्ह ऑईलचे मिश्रण घालून कालवावे. आयत्यावेळी त्यात पिटा ब्रेडचे तुकडे मिसळावे व वरून फेटा चीज घालावे.

छोल्याचे सॅलड

साहित्य

१ कप उकडलेले छोले,
थोडा पुदिना,
अर्धा कप बेदाणे,
१ पांढरा कांदा,
१ टोमॅटो,
३ मोठे चमचे ऑलिव्ह ऑईल,
१ लहान चमचा झातर,
चवीला मीठ

कृती

उकडलेल्या छोल्यांपैकी निम्मे छोले जरासे ठेचून घ्यावे. कांदा टोमॅटो व पुदिना बारीक चिरून घ्यावा.एका बाऊलमध्ये ऑलिव्ह ऑईल, झातर व मीठ असे एकत्र करावे. त्यात कांदा, टोमॅटो, पुदिना, बेदाणे व छोले घालून कालवावे.

फावा बीन्स सॅलड (इजिप्त)

साहित्य

१ कप फावा बीन्स, अर्धा कप छोले, १ मोठा टोमॅटो, १ कप पार्सले, अर्धा कप पाईन नटस, अरेबिक सॅलड (ड्रेसिंग लागेल त्याप्रमाण)

कृती

फावा बीन्स व छोले मीठ घालून वेगवेगळे उकडून घ्यावे. गार झाल्यावर छोले जरासे ठेचून घ्यावे. त्यामुळे कोशिंबीर मिळून येते व पिटा ब्रेडबरोबर खाण्यास योग्य अशी होते. पाईन नटस थोड्या लोण्यात लालसर होईपर्यंत परतून घ्यावे. टोमॅटोचे लहान तुकडे करावे, पार्सले बारीक चिरून घ्यावी. एका वाड्ग्यात फावा बीन्स, पार्सले, टोमॅटो व छोले असे एकत्र करावे व त्यात लागेल त्याप्रमाणे अरेबिक सॅलड ड्रेसिंग घालून कालवावे.

चिकन अँड कुसकुस सॅलड (मोरोक्को)

साहित्य

२ कप कुसकुस,
१ लहान चमचा प्रत्येकी,
ओरेगानो पावडर,
जिरेपूड आणि पाप्रिका, २ कप चिकन स्टॉक,
रोस्ट चिकनचे ७/८ तुकडे (शक्यतो बोनलेस),
अर्धा कप काळे ऑलिव्हज,
अर्धा कप सुकवलेले जर्दाळू,
अर्धा कप फेटा चीज,
अर्धा कप भाजलेले बदाम,
१ कप कोथिंबीर, पुदिना,
१ कप लेट्युसची पाने,
१ कप ऑलिव्ह ऑईल,
२ मोठे चमचे लिंबाचा रस,
चवीला मीठ

कृती

चिकन स्टॉकमध्ये मीठ, ओरेगानो पावडर, जिरेपूड आणि पाप्रिका घालावे. त्यात कुसकुस घालून एक उकळी घ्यावी व झाकण लावावे. थोड्या वेळात कुसकुस सगळा चिकन स्टॉक शोषून घेईल. कुसकुस चाळणीत ओतावे. गार झाल्यावर हाताने मोकळे करून घ्यावे. फेटा चीज कुस्करून घ्यावे. कोथिंबीर व पुदिना बारीक चिरून घ्यावा. एका बाऊलमध्ये चिकनचे तुकडे, जर्दाळू, ऑलिव्हज, कोथिबीर, पुदिना ऑलिव्ह ऑईल आणि लिंबाचा रस असे एकत्र करून नीट कालवावे. त्यात कुसकुस घालून एकत्र करावे. एका खोलगट बशीमध्ये लेट्युसची पाने पसरून त्यावर कुसकुस व चिकनचे मिश्रण घालावे वरून कुस्कलेले फेटा चीज आणि बदाम घालून सॅलड सजवावे.

• मोरक्कन कोल्ड सॅलड प्लेट

आमच्या मोरोक्कोच्या वास्तव्यात दोन समारंभांना जाण्याचा योग आला. त्यावेळी टेबलवर एका मोठ्या बशीमध्ये आकर्षकरित्या मांडून ठेवलेल्या सॅलडस्‌नी माझे लक्ष वेधून घेतले. बशीच्या मधोमध ठेवलेल्या भाताच्या मुदीने तर त्या सॅलडस विषयी मला फारच कुतुहल वाटले.

त्याबद्दल आमच्या मोरोक्कन मैत्रिणीला विचारले असता तिने सांगितले की ''मोरोक्कोमध्ये पूर्वापार शाही खान्यात किंवा लग्नसमारंभात जेवणाच्या सुरूवातीला अशा प्रकारची सॅलड प्लेट ठेवण्याची पद्धत आहे व त्यासाठी खास चांदीच्या नक्षीदार बशा वापरल्या जातात. आमच्याकडे असे म्हणतात की 'खान्याच्या सुरूवातीची ही सॅलड प्लेट चांगली जमली की पुढचे जेवण उत्तम असणार यात काही शंका नाही. त्यामुळे ही सॅलड प्लेट अगदी निगुतीने बनवली जाते. ती आकर्षक तसेच चविष्ट होणे फार महत्त्वाचे असते.'

मोरक्कन कोल्ड सॅलड प्लेट मध्ये सहा प्रकारची रंगीबेरंगी व वेगवेगळ्या चवीची सॅलडस्‌ असतात. त्यातले प्रत्येक सॅलड हे निरनिराळे बनवले जाते. ही सगळी सॅलडस बनवायला सोपी असली तरी पाच प्रकार बनवायला तसा वेळ लागतो. यापैकी भाताचे सॅलड म्हणजे सॅलड राईस हे त्यातले महत्वाचे सॅलड असून त्यात ट्यूना फिश किंवा चिकन घातलेले असते. इतर सॅलडमध्ये बटाटा, गाजर, फरसबी, बीट ह्या भाज्या असतात.

सॅलड राईस

साहित्य

१ वाटी तांदूळ,
१ मोठा चमचा लोणी,
अर्धा कप मटार,
१ कप ट्यूना किंवा चिकनचे तुकडे,
अर्धा कप मेयॉनीज,
४ मोठे चमचे सॅलड ऑईल,
२ मोठे चमचे लिंबाचा रस,
मीठ, मिरपूड चवीला

कृती

लोण्यामध्ये तांदूळ परतून त्याचा भात करून घ्यावा. भात गार झाल्यावर एका बाऊलमध्ये काढून मोकळा करावा. चिकन व मटार उकडून घ्यावे व गार झाल्यावर भातात मिसळावे. दुसऱ्या बाऊलमध्ये मेयॉनीज, सॅलड ऑईल, लिंबाचा रस, मीठ व मिरपूड हे एकत्र करून खूप फेटावे. तयार झालेले ड्रेसिंग भातात घालावे व नीट कालवून फ्रीजमध्ये गार करण्यास ठेवावे.

फरसबीचे सॅलड

साहित्य

फरसबीच्या २५ ते ३० कोवळ्या शेंगा,
१ मोठा चमचा ऑलिव्हचे तेल,
४ लसूण पाकळ्या,
१ मोठा चमचा कुस्करलेले फेटा चीज,
लिंबाचा रस,
मीठ, मिरपूड चवीला

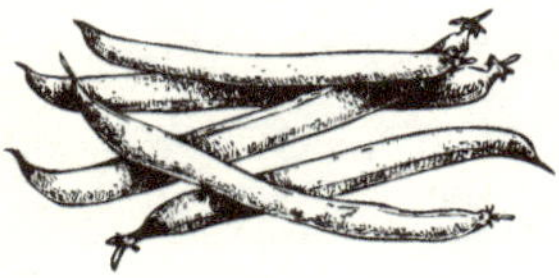

कृती

फरसबीच्या शेंगाच्या शिरा काढून त्याचे इंचभर लांब तुकडे करावे. लसूण ठेचून घ्यावा. पॅनमध्ये ऑलिव्हचे तेल घालून त्यात लसूण परतावा. मीठ व मिरपूड घालावी. त्यात फरसबी घालून झाकण ठेवून. वाफ द्यावी. शेंगांचा रंग बदलणार नाही, याची काळजी घ्यावी. गार झाल्यावर त्यात लिंबाचा रस व फेटा चीज घालून फ्रीजमध्ये गार करण्यास ठेवावे. या सॅलडमध्ये फेटा चीज असल्यामुळे मिठाचे प्रमाण जरा कमी असावे कारण फेटा चीजमधे भरपूर मीठ असते.

गाजराचे सॅलड

साहित्य

५ गाजरे,
१ चमचा जिरे,
१ चमचा लोणी,
१ चमचा लिंबाचा रस,
१ चमचा बारीक चिरलेली पार्सले,
चवीला मीठ

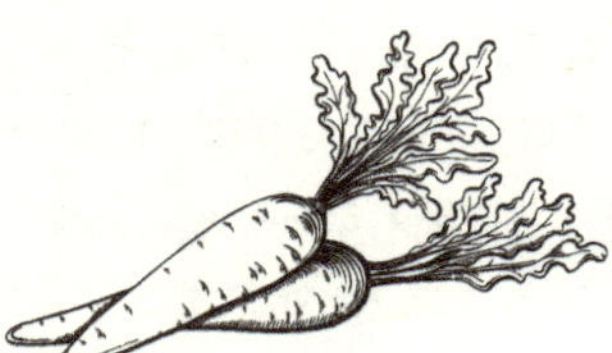

कृती

गाजराचे साल काढून त्याच्या चकत्या कराव्या. जिरे भरड कुटून घ्यावे. पॅनमध्ये लोणी गरम करून त्यात जिरे घालावे. जिरे तडतडल्यावर त्यात गाजराचे तुकडे व मीठ घालून एक वाफ द्यावी. गाजर फार शिजवू न देता जरासे कच्चे ठेवावे. गार झाल्यावर लिंबाचा रस व पार्सले घालून गार करण्यासाठी फ्रीझमध्ये ठेवावे.

बीटचे सॅलड

साहित्य

३ मोठे बीट,
१ चमचा काळे तीळ,
१ मोठा चमचा ऑलिव्हचे तेल,
मीठ, लिंबाचा रस चवीला

कृती

बीटचे साल काढून त्याचे एकसारखे चौकोनी तुकडे करून घ्यावे. काळे तीळ भाजून घ्यावे, ऑलिव्हच्या तेलात मीठ व लिंबाचा रस घालून ड्रेसिंग बनवावे. बीटचे तुकडे वाफवून गार करून घ्यावे. गार झाल्यावर त्यात ऑलिव्ह ऑईलचे ड्रेसिंग व तीळ घालून एकत्र करावे व फ्रीजमध्ये गार करण्यास ठेवावे. मोरोक्कोमध्ये बीट वर्षभर मिळतात. त्यामुळे त्याची भाजी, सॅलड, रायता असे अनेक प्रकार तिथे बनवले जातात. नैसर्गिक साखर, खनिजे व व्हिटॅमिन्सनी परिपूर्ण असलेल्या बीटला मोरोक्कोमध्ये 'सुपर फूड' म्हणले जाते.

बटाट्याचे सॅलड

साहित्य

६ बटाटे,
१ पांढरा कांदा,
२ कप मेयॉनीज,
१ मोठा चमचा मस्टर्ड,
चवीला मीठ,
थोडा पुदिना

कृती

बटाट्याचे साल काढून त्याचे एकसारखे चौकोनी तुकडे करावे व ते मिठाच्या पाण्यात घालून उकडावे. गार झाल्यावर गाळण्यावर टाकून त्यातील पाणी काढून टाकावे. पांढरा कांदा बारीक चिरून घ्यावा. एका वाडग्यात मेयॉनीज, मस्टर्ड, कांदा व मीठ असे एकत्र करून फेटावे. त्यात बटाट्याच्या फोडी व पुदिन्याची पाने बारीक चिरून घालावी. हलक्या हाताने एकत्र करून सॅलड गार करण्यासाठी फ्रीजमध्ये ठेवावे.

मोरक्कन कोल्ड सॅलड प्लेटची मांडणी

पारंपरिक मोरक्कन कोल्ड सॅलड प्लेट करताना त्याची सजावट हा अतिशय महत्त्वपूर्ण भाग आहे. सर्वप्रथम बशीच्या मधोमध सॅलड राईसची मोठी मूद पाडून त्यावर काळे ऑलिव्हज ठेवावे. सॅलड राईसच्या बाजूला एक एक करून लाल बीट, केशरी गाजर, पांढरा बटाटा आणि हिरवे फरसबीचे सॅलड ठेवावे. ते ठेवताना इतर भाज्यांना बीटचा लाल रंग लागणार नाही याची काळजी घ्यावी. सर्वात वरती उकडलेली अंडी अर्धी कापून त्यातला पिवळा भाग वर येईल अशा तऱ्हेने लावावी.

ही सर्व सॅलडस एकाच तपमानाची असणे आवश्यक आहे. त्यामुळे बहुतेकवेळा ही सॅलडस तयार झाली की चार ते पाच तास फ्रीजमध्ये ठेवली जातात व नंतर सॅलड प्लेटची सजावट करतात.

अशी ही मोरक्कन कोल्ड सॅलड प्लेट बघणे, त्याचा आस्वाद घेणे, त्यबद्दलची माहिती ऐकणे व त्याची कृती समजावून घेणे हा एक मस्त अनुभव होता.

• रशियन सॅलडची कथा

मेयॉनीजमध्ये बनवलेले चविष्ट असे 'रशियन सॅलड' आज जगभर अतिशय लोकप्रिय आहे. त्याचा उगम रशियातला असल्यामुळे त्याला रशियन सॅलड हे नाव पडले. इतर देशातील लोक जरी त्याला रशियन सॅलड म्हणत असले तरी रशियामध्ये मात्र त्याला 'ऑलिव्हर सॅलड' असे म्हणले जाते. सॅलडला एखाद्या व्यक्तीचे नाव कसे काय असा आपल्याला प्रश्न पडणे सहाजिक आहे; पण त्यामागे एक लहानशी कहाणी आहे.

साधारणपणे १८६० च्या सुमारास मॉस्कोमध्ये हर्मिताज नावाचे एक आधुनिक व उच्च श्रेणीचे रेस्टॉरंट होते. हर्मिताज रेस्टॉरंटचे भागीदार ल्युसियन ऑलिव्हर हे एक नावाजलेले शेफ होते. ऑलिव्हरना वेगवेगळे प्रयोग करून नवीन व चविष्ट पदार्थ बनवण्याचा शौक असल्यामुळे हर्मिताज रेस्टॉरंटमध्ये ते कायम नवीन पदार्थ बनवत असत. रशियन सॅलड हा त्यापैकीच एक पदार्थ.

असेच एकदा ऑलिव्हरनी हर्मिताज रेस्टॉरंटमध्ये एक आगळेवेगळे सॅलड बनवले व त्याचे नाव 'गेम बर्ड विथ मेयॉनीज' असे ठेवले. हे सॅलड बनवताना ते बशीच्या मध्यभागी बटाट्याचे सॅलड व त्याच्या वरती उकडलेल्या अंड्याच्या चकत्या ठेवत

असत. त्याच्या बाजूला गेम मीट, क्रेफिश म्हणजे गोड्या पाण्यातल्या खेकड्याचे मीट, हेझल ग्राउजचे मीट, कॅव्हीयर असे पदार्थ आकर्षकरित्या मांडत असत. त्यावर घालायचे मेयॉनीज वापरून केलेले सॅलड ड्रेसिंग ही खरी त्या सॅलडमधली मेख होती.

हे चविष्ट व पौष्टिक सॅलड रशियन लोकांना खूप आवडले. अल्पावधीतच ते इतके लोकप्रिय झाले की ते खाण्यासाठी अनेक लोक ऑलिव्हरच्या रेस्टॉरंटला भेट देउ लागले. पुढे पुढे तर गेम बर्ड विथ मेयॉनीज ही हर्मिताज रेस्टॉरंटची 'सिग्नेचर डिश' म्हणून ओळखली जाऊ लागली.

ऑलिव्हर हे सॅलड अगदी मनापासून सजवत असत. काही दिवसानी त्यांच्या असे लक्षात आले की आपण प्रयत्नपूर्वक सजवलेले नटवलेले सॅलड लोक काट्याने एकत्र करतात आणि मगच आपल्या बशीत वाढून घेतात. हे बघून प्रथम त्यांना धक्काच बसला; पण 'अतिथी देवो भव' ह्या उक्तीनुसार त्यांनी स्वतःच ते सर्व पदार्थ एकत्र करून सॅलड सर्व्ह करण्यास सुरुवात केली.

शेफ ऑलिव्हरने आपल्या 'गेम बर्ड विथ मेयॉनीज' ह्या सॅलडची कृती अगदी गुप्त ठेवली होती. त्यात कोणकोणते पदार्थ घालायचे, मेयॉनीजमध्ये काय घालून सॅलड ड्रेसिंग बनवायचे ह्याचा त्यांनी कोणालाच पत्ता लागून दिला नव्हता. ते सॅलड खाताना किंवा त्याच्या नावावरून रशियन लोकांना त्यात घातलेल्या पदार्थांचा मागमूस लागत नव्हता. ऑलिव्हरच्या सॅलडची लोकप्रियता जशी दिवसेंदिवस वाढत होती तशी रेस्टॉरंटमध्यल्या इतर शेफची सुद्धा या खास सॅलड मधे कोणते पदार्थ घातले असतील ह्या बद्दलची उत्सुकता वाढत होती. अशातच एक दिवस असा आला की ऑलिव्हरना हे सॅलड बनवत असताना अचानक महत्त्वाचे काम आले व त्यासाठी त्यांना थोडा वेळ किचनच्या बाहेर जावे लागले. ही संधी साधून हर्मिताजमधील इव्हान इव्हेनोव्ह नावाचा शेफ हळूच त्या किचनमध्ये गेला. तिथे त्याने सॅलड व त्याच्या ड्रेसिंगमधील पदार्थ काय असतील याचा अंदाज घेतला. तिथे त्याला मेयॉनीजसाठी लागणारे फ्रेंच वाईन व्हिनिगर, इंग्लिश मस्टर्ड व उत्तम प्रतीचे ऑलिव्ह ऑईल दिसले. तिथे असलेले इतर पदार्थ देखिल खूपच महाग आणि सहजपणे न मिळणारे असे होते असे इव्हान इव्हेनोव्हच्या लक्षात आले.

त्या पदार्थांना पर्याय म्हणून इव्हान इव्हेनोव्हने स्वस्त व सहज मिळणारे पदार्थ वापरून ऑलिव्हरसारखे सॅलड बनवायचा प्रयत्न केला. अनेक प्रयत्नांती त्यात त्याला थोडेफार यश आले. त्यानंतर इव्हान इव्हेनोव्हने हर्मिताजची नोकरी सोडून दुसऱ्या एका रेस्टॉरंटमध्ये काम घेतले व तिथे तो हे सॅलड 'स्टोलिचनी सॅलड' या नावाने बनवू लागला. ऑलिव्हरच्या सॅलडची चव माहीत असलेल्या लोकांनी इव्हान इव्हेनोव्हने

बनवलेले सॅलड हे ऑलिव्हरच्या सॅलडपेक्षा कमी प्रतीचे असून मूळ सॅलडपेक्षा त्यात नक्कीच काहीतरी कमतरता आहे असे मत व्यक्त केले. त्यामुळे इव्हान इव्हेनोव्हने चिकाटी सोडली नाही व तो ऑलिव्हरसारखे सॅलड बनवण्यासाठी प्रयोग करतच राहिला.

ऑलिव्हरचे वयाच्या अवघ्या पंचेचाळीसाव्या वर्षी निधन झाले व त्यांच्या निधनानंतर काही वर्षांनी हर्मिताज रेस्टॉरंट बंद झाले. रशियन लोकांना त्या सॅलडची चटकच लागली होती असे म्हटले तर ते चुकीचे ठरणार नाही. कारण त्यांनी नंतर मूळ सॅलडमध्ये कोणते पदार्थ वापरले जात होते ह्याचा नाना प्रकारे शोध घेतला.

ऑलिव्हर आपल्या सॅलडमध्ये जे पदार्थ वापरत असत त्या पदार्थांना रशियन लोकांनी पर्यायी पदार्थ शोधले. त्यांनी सॅलडमध्ये हेझल ग्राउजच्या मीट ऐवजी चिकन, केपर्स ऐवजी ऑलिव्हज, व्हील आणि डक ऐवजी हॅमचे चौकोनी तुकडे असे वापरले व क्रेफिश आणि कॅव्हियर हे वगळून टाकले. भाज्यांपैकी लेट्युस, बटाटे आणि गाजर तसेच ठेवून त्यात काकडी व मटारचा समावेश केला. सॅलड ड्रेसिंगमध्ये मात्र त्यांनी फारसा बदल केला नाही. असे अनेक बदल केल्यामुळे व पर्यायी पदार्थ वापरल्यामुळे आजचे रशियन सॅलड हे मूळ सॅलडपेक्षा फारच वेगळे आहे. मात्र रशियन लोक ऑलिव्हरना मान देण्यासाठी व त्यांची आठवण म्हणून आजही त्या सॅलडला ऑलिव्हर सॅलड असेच म्हणतात.

असे हे ऑलिव्हर सॅलड आज पारंपारिक रशियन खाद्यसंस्कृतीमधला एक महत्त्वपूर्ण पदार्थ झाला आहे.

उत्तम रशियन सॅलड बनवण्यासाठी ....

- सॅलडमध्ये घालायच्या भाज्या जास्त शिजवू नयेत.
- या भाज्या त्यांचा रंग व क्रिस्पिनेस टिकून राहील इतपत वाफवाव्या.
- रशियन सॅलड हे नेहमी थंड सर्व्ह करावे
- शाकाहारी रशियन सॅलडसाठी अंड्याशिवायचे मेयॉनीज वापरावे.
- मेयॉनीजमध्ये थोडे ताजे क्रीम घातल्यास सॅलडला छान चव येते.
- सॅलडमध्ये अंडे किसून घातल्यास सॅलड चांगले मिळून येते.
- रशियन सॅलडचे विशेष म्हणजे ते कॉंटिनेंटल आणि भारतीय अशा दोन्ही पदार्थांबरोबर चांगले लागते

शाकाहारी रशियन सॅलड

साहित्य

१ गाजर,
१ बटाटा,
अर्धा कप मटार,
अर्धा कप फ्रेंच बीन्स
तुकडे करून, ह्या भाज्या कापल्यावर साधारणपणे दोन कप होतात.
अननसाच्या २ चकत्या,
सजावटीसाठी पार्सले,
अर्धा कप एगलेस मेयॉनीज,
२ मोठे चमचे ताजे क्रीम

कृती

बटाट्याचे व गाजराचे साल काढून त्याचे एकसारखे चौकोनी तुकडे करावे. मटार, फ्रेंच बीन्स, बटाटा व गाजर वाफवून घ्यावे. गाळण्यावर टाकून त्यातील पाण्याचा अंश काढून टाकावा. अननसाचे तुकडे करून वेगळे ठेवावे. एका बाऊलमध्ये मेयॉनीज व ताजे क्रीम घालून सारखे करावे. त्यात वाफवलेल्या भाज्या व शेवटी अननसाचे तुकडे घालून एकत्र करावे. वरून पार्सले घालून सजवावे व साधारणपणे तासभर फ्रीजमध्ये थंड करण्यास ठेवावे.

मांसाहारी रशियन सॅलड

साहित्य

१ गाजर, १ बटाटा,
१ कप हॅमचे तुकडे,
अर्धा कप उकडलेल्या चिकनचे तुकडे,
१ अंडे,
सजावटीसाठी पार्सले,
अर्धा कप मेयॉनीज,
२ मोठे चमचे ताजे क्रीम व
१ चमचा मस्टर्ड सॉस

कृती

बटाटा व गाजराचे साल काढून त्याचे एकसारखे चौकोनी तुकडे करुन वाफवून घ्यावे. गाळण्यावर टाकून त्यातील पाण्याचा अंश काढून टाकावा. अंडे उकडून घ्यावे. एका बाऊलमध्ये मेयॉनीज घालून त्यात ताजे क्रीम व मस्टर्ड घालून सारखे करावे. त्यात वाफवलेल्या भाज्या, हॅम, चिकन व शेवटी अंड्याचे तुकडे घालून एकत्र करावे. अंड्याचे तुकडे घालण्याऐवजी ते सॅलडवरती किसून घातले तर छान दिसते. तयार सॅलड साधारणपणे दोन तास फ्रीजमध्ये थंड करण्यास ठेवावे.

चिकनचे रशियन सॅलड

साहित्य

१ गाजर,
१ बटाटा,
अर्धा कप मटार,
१ कप चिकनचे बोनलेस तुकडे,
२ अंडी,
४ लेट्यूसची पाने,
२ चीज क्युब्ज,
अर्धा कप मेयॉनीज,
२ मोठे चमचे ताजे क्रीम,
१ चमचा वूस्टरशायर सॉस

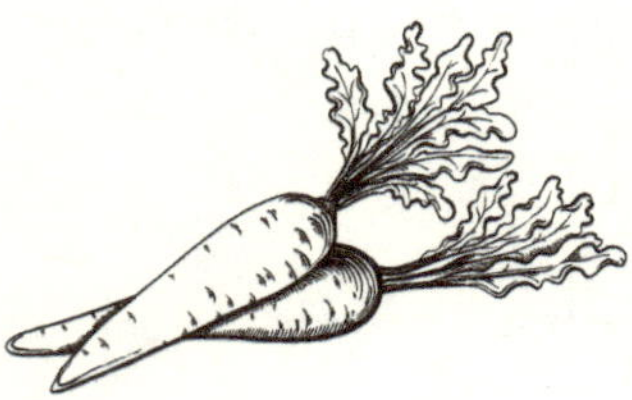

कृती

बटाट्याचे व गाजराचे साल काढून त्याचे एकसारखे चौकोनी तुकडे करावे. मटार, बटाटा व गाजर वाफवून घ्यावे. गाळण्यावर टाकून त्यातील पाण्याचा अंश काढून टाकावा. अंडी उकडून घ्यावी व साल काढून त्याचे तुकडे करावे. चीज क्युब किसून घ्याव्या. बोनलेस चिकन उकडून त्याचे तुकडे करावे. भाज्या, चिकनचे तुकडे व अंडी गार होउ द्यावी. एका बाऊलमध्ये मेयॉनीज घालून त्यात ताजे क्रीम, थोडे किसलेले चीज व वूस्टरशायर सॉस घालून सारखे करावे. त्यात वाफवलेल्या भाज्या, चिकनचे तुकडे व शेवटी अंड्याचे तुकडे घालून एकत्र करावे. दुसऱ्या बाऊलच्या तळाशी लेट्युसची पाने लावावी व त्यावर तयार सॅलड घालावे. सॅलडवर किसलेले चीज घालून ते साधारणपणे दोन तास फ्रीजमध्ये थंड करण्यास ठेवावे.

सोव्हिएत सॅलड

सोव्हिएत सॅलड हे मी दिलेले नाव. रशियाला गेलो असता तिथे सकाळच्या नाष्ट्याला, दुपारच्या वा रात्रीच्या जेवणात असे केंव्हाही रशियन सॅलड बनवलेले असे. हे सॅलड मला मनापासून आवडत असल्यामुळे प्रत्येक ठिकाणी मी त्याचा आस्वाद घेतला. बहुतेक सगळ्या ठिकाणी थोड्याफार फरकाने त्याची चव आणि त्यात घातलेले पदार्थ सारखेच होते व त्यावरून मी ही रेसिपी बनवली.

साहित्य

१ वाटी चिकनचे उकडलेले तुकडे, ४ बटाटे उकडून तुकडे करून, १ काकडीच्या चकत्या, १ कप उकडलेले मटार, १ गाजर वाफवून चकत्या करून, १ पांढरा कांदा बारीक चिरून, २ उकडलेली अंडी–एका अंड्याचे तुकडे करून व १ अंडे किसून, १ चीज क्युब बारीक तुकडे करून, ५ ते ६ काळे ऑलिव्हज् बी काढून, थोडी पार्सले बारीक चिरून, मेयॉनीज साधारणपणे ५ मोठे चमचे, १ मोठा चमचा क्रीम व चवीला मीठ आणि मिरपूड

कृती

मोठ्या बाऊलमध्ये मेयॉनीज, क्रीम, किसलेले अंडे, मीठ व मिरपूड असे काट्याने एकत्र करावे. दुसऱ्या बाऊलमध्ये चीज, चिकन, अंड्याचे तुकडे, ऑलिव्हज् आणि सर्व भाज्या असे एकत्र करावे. त्यात मेयॉनीजचे ड्रेसिंग घालून व्यवस्थित कालवावे. घट्ट वाटल्यास क्रीम घालून सैल करावे. पार्सलेनी सजवून फ्रीजमध्ये गार करण्यास ठेवावे.

स्टोलिचनी सॅलड

साहित्य

१ कप उकडलेल्या चिकनचे तुकडे,
३ सॉसेजेस,
१ वाफवलेले गाजर,
१ काकडी,
अर्धा कप उकडलेले मटार,
१ कप मेयॉनीज,
१ मोठा चमचा सावर क्रीम,
मीठ व मिरपूड चवीसाठी,
१ उकडलेले अंडे,
२ चेरी टोमॅटा,
थोडी पार्सले सजावटीसाठी

कृती

सॉसेजेस, काकडी व गाजराच्या चकत्या कराव्या. एका बाऊलमध्ये मेयॉनीज, सावर क्रीम, अंड्यातला पिवळा बलक, मीठ व मिरपूड घालून खूप फेटावे. त्यात चिकनचे तुकडे, मटार, सॉसेजेस, काकडी व गाजर घालून एकत्र करावे. तयार सॅलड एका खोलगट बशीत काढून त्यावर अंड्याचा पांढरा भाग किसून घालावा. वरून चेरी टोमॅटो व पार्सले घालून सजवावे.

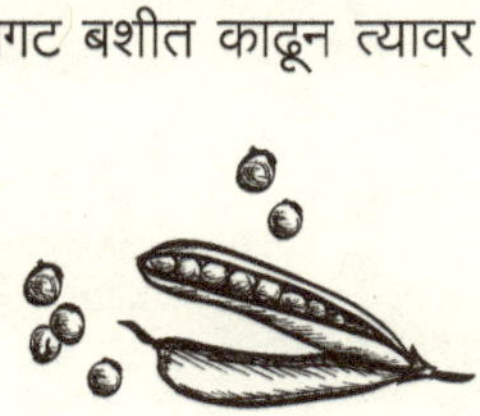

भाग ८

विश्वविक्रम

विश्वविक्रम

• भरीत, सॅलड आणि विश्वविक्रम

गिनीज बुक ऑफ वर्ल्ड रेकॉर्डस् हे दरवर्षी प्रकाशित होणारे पुस्तक असून त्यात वेगवेगळ्या विषयातील मानवनिर्मित व नैसर्गिक अशा जागतिक विक्रमांची नोंद केली जाते. खाद्यपदार्थांविषयी बघितले तर जगातील सर्वात मोठा पिझ्झा, ३००० किलोची खिचडी तसेच जगातील सर्वात जास्त वजनाचा भोपळा अशांसारख्या विक्रमांच्या आजपर्यंत त्यात नोंदी झाल्या आहेत. मग सॅलड तरी त्याला अपवाद कसे असू शकेल? जगातील सर्वात जास्त वजनाचे सॅलड, सर्वात जास्त वजनाचे भरीत, सर्वात महाग सॅलड असे वेगवेगळे विक्रम गिनीज बुक ऑफ वर्ल्ड रेकॉर्डसमध्ये नोंदवले गेले आहेत.

असाच एक विश्वविक्रम प्रसिद्ध शेफ विष्णू मनोहर यांनी सर्वात जास्त वजनाचे खानदेशी वांग्याचे भरीत बनवून केला होता. खानदेशात पिकणारी वांगी भाजून केलेले झणझणीत भरीत ही खानदेशची ओळख आहे. या भरताला जगभरात प्रसिद्धी मिळावी ह्या उद्देशाने शेफ विष्णू मनोहर ह्यांनी जळगाव येथे एक भन्नाट उपक्रम पार पाडला. त्यांनी तिथे २५०० किलो वांग्याचे भरीत करून एक विश्वविक्रम केला. त्यासाठी ३,९०० किलो भरताची

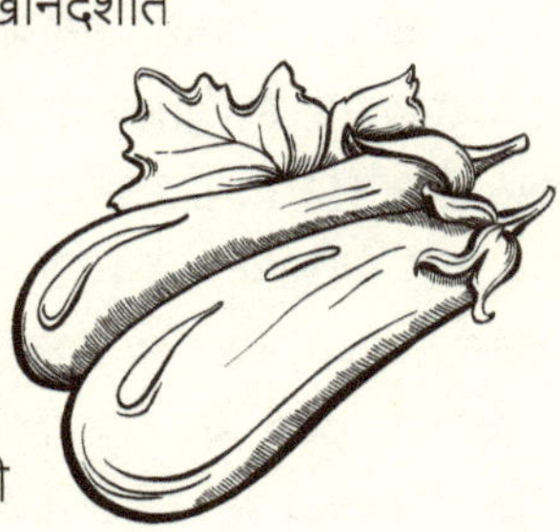

वांगी, ३०० किलो मिरच्या, १२० किलो लसूण, १०० जुड्या कोथिंबीर, १५० किलो तेल, १० किलो जिरे आणि २० किलो मीठ असे साहित्य वापरण्यात आले.

जगातील सर्वात जास्त वजनाचे वांग्याचे भरीत करण्याच्या विश्वविक्रमाची गिनीज बुक ऑफ वर्ल्ड रेकॉर्डमध्ये नोंद झाल्यावर व त्याचे प्रमाणपत्र मिळाल्यानंतर ते भरीत नागरिकांना विनामूल्य वाटण्यात आले.

गिनीज बुक ऑफ रेकॉर्डस् नुसार जगातले सर्वात जास्त वजनाचे सॅलड २०१० साली ग्रीसमध्ये बनवले गेले व त्याचे वजन १३,००० किलो एवढे होते. त्यानंतर दोन वर्षांनी २५ सप्टेंबर २०१२ रोजी रोमेनियामध्ये १९,००० किलो वजनाचे सॅलड बनवून हा विक्रम मोडला गेला. रोमेनियातील सॅलड बनवण्यासाठी वेगवेगळ्या देशातील सुमारे ११०० स्वयंसेवक सात तास सलग काम करत होते. तयार झालेले हे सॅलड ठेवण्यासाठी १८ मीटर लांब व ३ मीटर रुंद असे भांडे वापरले गेले. हे सॅलड बनवले जात असताना ते बघण्यासाठी वेगवेगळ्या देशातील पर्यटक तिथे हजर होते.

एकदा ह्या सॅलडची गिनीज बुक ऑफ रेकॉर्डसमध्ये नोंद झाल्यावर पर्यटक, आणि स्वयंसेवकांना त्या सॅलडचा आस्वाद घेता आला. सॅलडमधील काही भाग तेथील अनाथ आश्रम व वृद्धाश्रमात पाठवण्यात आला.

क्रेटा ह्या ग्रीक बेटावरील लोकांनी २५ जून २०१० रोजी जगातील सर्वात जास्त वजनाचे ग्रीक सॅलड बनवले. त्यात त्यांनी ७,००० किलो टोमॅटो, ३,००० किलो काकड्या, ८०० किलो फेटा चीज आणि ५०० किलो ऑलिव्ह ऑईल वापरले. तयार ग्रीक सॅलडचे वजन १२,००० किलोपेक्षा जास्त झाले व त्याची गिनीज वर्ल्ड रेकॉर्डमध्ये

नोंद झाली. ह्यामुळे त्यांनी इस्त्राईलमध्ये बनवल्या गेलेल्या १०,००० किलो वजनाच्या ग्रीक सॅलडचा विक्रम मोडला.

त्यानंतर तब्बल पाच वर्षांनंतर एका ग्रीक ट्रॅव्हल कंपनीने ग्रीक स्वादाची इतर देशातील लोकांना ओळख करून देणे व गिनिज बुक साठी जागतिक विक्रम करणे असे दोन उद्देश डोळ्यासमोर ठेवून जगातले सर्वात जास्त वजनाचे सॅलड बनवून पहिला विक्रम मोडायचा ठरवला. सप्टेंबर महिन्याच्या सुरूवातीला मॉस्को डे च्या निमित्ताने रेड स्क्वेअरमध्ये एक उत्सव भरवला जातो व त्याचा एक भाग म्हणून ह्या ट्रॅव्हल कंपनीने ४ सप्टेंबर २०१६ रोजी ४४,३१२ पौंड वजनाचे ग्रीक सॅलड बनवले.

ह्यामुळे गिनीज बुक ऑफ वर्ल्ड रेकॉर्डमध्ये त्यांच्या नावे जगातील सर्वात जास्त वजनाचे सॅलड बनवण्याचा व जगातील सर्वात जास्त वजनाचे ग्रीक सॅलड बनवण्याचा असे दोन विक्रम नोंदवले गेले.

आता सॅलडबद्दलचे आणि भरताबद्दलचे हे विश्वविक्रम कोण आणि केंव्हा मोडते ते बघू या !

विंडोज

लेट्युसबद्दलच्या गमती जमती

■ पुरातन काळात मेडिटेरेनियन देशात लेट्युस ही एक औषधी वनस्पती म्हणून वापरली जाई.

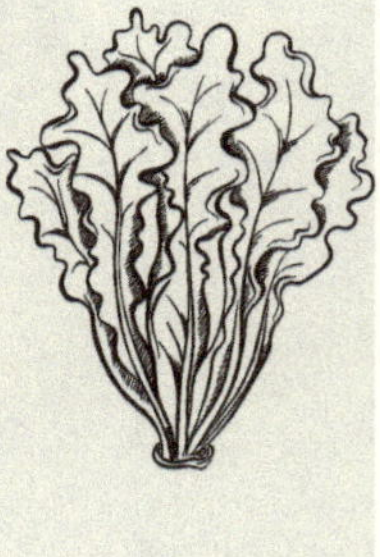

■ लेट्युस खाल्ल्यामुळे रात्रीची झोप चांगली लागते असे रोमन आणि ग्रीक लोक मानत असत.

■ इजिप्तमध्ये लेट्युसची पाने थडग्याची सजावट करण्यासाठी वापरत असत.

■ ख्रिस्तोफर कोलंबसने १४९४ मध्ये आपल्या दुसऱ्या सफरी दरम्यान अमेरिकेला लेट्युसची ओळख करून दिली असे म्हणले जाते.

■ सतराव्या शतकात स्पॅनिश मिशनऱ्यांनी अमेरिकेत लेट्युसची लागवड केली.

■ आज अमेरिकेतील कॅलिफोर्निया प्रांत 'लेट्युसची राजधानी' म्हणून ओळखला जातो.

■ जगात सर्वात जास्त खाल्ले जाणारे लेट्युसचे प्रकार म्हणजे आईसबर्ग व रोमैन.

■ रोमैन लेट्युसचा उगम ग्रीक आयलंडस्वरचा असून तिथे त्याला कॉस असे म्हणतात.

क्रिस्पहेड लेट्युसचे आईसबर्ग लेट्युस झाले.

आईसबर्ग लेट्युसचे खरे नाव क्रिस्पहेड लेट्युस (Crisphead lettuce) असे होते. त्याच्या पानांचा वरचा भाग क्रिस्प – करकरीत असल्यामुळे त्याला हे नाव मिळाले. १९२० च्या सुमारास कॅलिफोर्नियामधील शेतकरी आपल्या शेतातील क्रिस्पहेड लेट्युस रेल्वेतून दुसऱ्या गावी पाठवत असत. ते लेट्युस तिथे पोहोचेपर्यंत ताजेतवाने रहावे ह्यासाठी ते मोठ्या कंटेनरमध्ये भरून यावर भरपूर बर्फाचा चुरा घालत असत.

बर्फाच्या चुऱ्यामुळे ते कंटेनर्स एखाद्या आईसबर्ग म्हणजेच हिमखंडासारखे दिसत असत. लेट्युसचे कंटेनर्स उतरवून घेताना लोक 'आईसबर्ग आले, आईसबर्ग आले' असे ओरडत व त्यावरून त्या लेट्युसला आईसबर्ग हे नाव पडले. अशी आहे ही क्रिस्पहेड लेट्युसच्या नामांतराची कहाणी.

व्हिनिगर बद्दल उपयुक्त माहिती

■ ज्या पद्धतीचे सॅलड बनवणार आहोत त्यानुसार लाल किंवा पांढऱ्या व्हिनिगरची निवड करावी.

■ फिक्या रंगाच्या भाज्यांचे किंवा चिकन व फिशचे सॅलड करताना त्यात पांढरा तर रंगीत भाज्या, सॉसेजेसचे सॅलड करताना त्यात लाल व्हिनिगर वापरावा.

■ ओकच्या लाकडात अनेक वर्ष मुरवून ठेवलेला बाल्सामिक व्हिनिगर खूपच महाग असतो. चीज व भाज्यांवर हा व्हिनिगर घालून घालून ते ॲपिटायझर म्हणून खाल्ले जातात.

■ द्राक्षांच्या जातीनुसार व रंगानुसार पांढरा आणि लाल बालसामिक व्हिनिगर असे प्रकार असतात.

■ न गाळलेल्या ॲपल सायडर व्हिनिगरमधे अनेक औषधी गुणधर्म असतात.

■ राईस व्हिनिगर हे मुख्यत: चीन व जपान ह्या देशात बनवला जाते.

■ आशियाई सॅलड ड्रेसिंग्जमधे व स्टर फ्राय करताना तो वापरला जातो.

■ माल्ट व्हिनिगर हा इंग्लंडमधे खूप लोकप्रिय आहे. प्रसिद्ध फिश आणि चिप्स हा इंग्लिश पदार्थ बनवताना तो वापरला जातो.

■ स्वस्तातला व्हिनिगर हा मीटच्या मॅरिनेशनसाठी तसेच वस्तू स्वच्छ करण्यासाठी वापरला जातो.

सॅलडबद्दल काही ...

- सॅलड बनवायची पहिली कृती चौदाव्या शतकात छापली गेली. त्यानुसार त्या सॅलडमध्ये लेट्युस, लीक्स आणि पालक ह्या तीन हिरव्या भाज्या वापरल्या होत्या व त्यावर लसूण मिश्रित व्हिनिगरचे ड्रेसिंग घालण्यात आले होते.

- सॅलडच्या रेसिपीजचे पहिले पुस्तक १८८३ मध्ये छापले गेले. त्या पुस्तकाचे नाव होते 'सॅलड आणि सॅलड मेकिंग'.

- इंग्रजी भाषेत तारुण्यातील निश्चिंत आणि आनंददायी दिवसांना 'सॅलड डेज' असे म्हटले जाते. शेक्सपियरने हा वाक्प्रचार आपल्या अँटोनी आणि क्लिओपात्रा ह्या नाटकात सर्वप्रथम वापरला होता.

- जगातील सर्वात महाग सॅलडची किंमत ६५३ ब्रिटिश पौंड होती. लंडनमधील एका पंचतारांकित हॉटेलमध्ये २०१० मध्ये हे सॅलड बनवले गेले. सॅलडमध्ये घातलेल्या कॅव्हियरचा दर एका किलोला १२,००० पौंड एवढा होता.

- जगातील सर्वात जास्त लांबीचा सॅलडबार ६८८ फूट लांब होता व तो मिशिगनमधील सॅलडबोल बॅश येथे ४ सप्टेंबर २०१६ ला लावण्यात आला होता.

सॅलडमध्ये सॅलड ड्रेसिंग उत्तम प्रकारे मिसळले जावे ह्यासाठी काही पद्धती वापरल्या जातात. त्यापैकी एक पद्धत म्हणजे मोठ्या बाऊलमध्ये सॅलड व सॅलड ड्रेसिंग एकत्र केले जाते व तो बाऊल दोन हातात धरून त्यातले पदार्थ खाली वर उडवले जातात. त्याला सॅलड टॉस करणे असे म्हणतात.

शब्दार्थ सूची

- **Salad (सॅलड)** काकडी, टोमॅटो, कांदा, कोबी अशा भाज्यांचे कच्चे काप
- **Salad Dressing (सॅलड ड्रेसिंग)** तेल, व्हिनिगर, मेयॉनीज वापरून केलेला सॅलडवर घालावयाचा सॉस
- **Chef (शेफ)** मुख्य आचारी
- **Herbs (हर्ब्ज)** वनौषधी
- **Mix (मिक्स)** वेगवेगळे पदार्थ एकत्र करणे,मिश्रण करणे.
- **Blend (ब्लेंड)** मिसळणे, वेगळेपणा न जाणवण्याइतके मिसळणे, एकरूप होणे
- **Toss (टॉस)** उडवणे, खालीवर करणे
- **Crisp (क्रिस्प)** कुरकुरीत हा शब्द सॅलडसाठी वापरायच्या भाज्यांसाठी वापरतात
- **Bounded Salad (बाऊंडडे सॅलड)** कालवलेले सॅलड
- **Dessert Salad (डेझट सॅलड)** जेवणानंतर खावयाचे फळांचे गोडसर सॅलड
- **Appetizer Salad (ॲपिटायझर सॅलड)** भूक वाढवणारे चवदार सॅलड

सॅलड ड्रेसिंग करताना वापरले जाणारे शब्द

- **Whisk (व्हिस्क)** अंडी / साय फेटणे
- **Churn (चर्न)** घुसळणे
- **Blend (ब्लेंड)** मिसळणे, एकत्र करणे
- **Shake Well (शेक वेल)** चांगले हलवून घेणे
- **Beat (बीट)** एकजीव करणे

लेखिका परिचय

मृणाल तुळपुळे
बी.कॉम., एलएल.बी., डीटीएल
पत्ता : ७७३ /३, रवी बंगला,
डेक्कन जिमखाना, पुणे, ४११००४
दूरभाष : ९८२२२ ९३६९०
इमेल : mrinaltul@hotmail.com

- दैनिक सकाळ, सकाळ साप्ताहिक, तनिष्का आणि इतर अनेक वृत्तपत्रे व मासिकांमध्ये ४०० हून अधिक लेख प्रकाशित
- पाच पुस्तके प्रकाशित. पहिल्याच पुस्तकाला 'स्मिता पाटील साहित्य पुरस्कार' प्राप्त
- गेली १६ वर्षे रोटरी क्लबमध्ये कार्यरत, 'बेस्ट रोटरियन ऑफ द इयर' पुरस्कार प्राप्त
- इलेक्ट्रॉनिक्स अँड कार्डबोर्ड बॉक्स व्यवसायाचा प्रदीर्घ अनुभव
- जगभरातील घंटा व दुर्मीळ चित्रांचा संग्रह आणि भटकंतीचा छंद. आजवर देशविदेशातून ४५० हून अधिक घंटांचा संग्रह

www.ingramcontent.com/pod-product-compliance
Lightning Source LLC
LaVergne TN
LVHW040759051026
849519LV00007BA/2565
* 9 7 8 9 3 8 9 8 3 4 0 6 2 *